இந்தியாவின் புகழ்பெற்ற
மாணவர் தலைவரின் போராட்ட வாழ்வுக் கதை

பீகாரிலிருந்து திகார் வரை
எனது அரசியல் பயணம்

கன்னையா குமார்

தமிழில்
டாக்டர் வெ. ஜீவானந்தம்

நியூ செஞ்சுரி புக் ஹவுஸ் (பி) லிட்.,
41-பி, சிட்கோ இண்டஸ்டிரியல் எஸ்டேட்,
அம்பத்தூர், சென்னை - 600 050.
☎ : 044 - 26251968, 26258410, 48601884

Language: Tamil
From Bihar to Thihar
(My Political Journey)
Author : **Kanhaiya Kumar**
Translation: **Dr. V. Jeevanandam**
First Edition: July, 2018
Second Edition: August, 2019
Copyright: Publisher
No.of Pages: 132
Publisher:
New Century Book House Pvt. Ltd.,
41-B, SIDCO Industrial Estate,
Ambattur, Chennai - 600 050.
Tamilnadu State, India.
email: info@ncbh.in
Online: www.ncbhpublisher.in

ISBN. 978 - 93 - 8805 - 032 - 6

Code No. A3957

₹ 110/-

Branches

Ambattur (H.O.) 044 - 26359906 Spenzer Plaza (Chennai) 044-28490027
Trichy 0431-2700885 Pudukkottai 04322- 227773 Tanjore 04362-231371
Tirunelveli 0462-4210990, 2323990 Madurai 0452 2344106, 4374106
Dindigul 0451-2432172 Coimbatore 0422-2380554 Erode 0424-2256667
Salem 0427-2450817 Hosur 04344-245726 Krishnagiri 0434-3234387
Ooty 0423 2441743 Vellore 0416-2234495 Villupuram 04146-227800
Pondicherry 0413-2280101 Thiruvannamalai 04175-223449

பீகாரிலிருந்து திகார் வரை
(எனது அரசியல் பயணம்)
ஆசிரியர்: கன்னையாகுமார்
தமிழில்: டாக்டர் வெ. ஜீவானந்தம்
முதல் பதிப்பு: ஜூலை, 2018
இரண்டாம் பதிப்பு: ஆகஸ்ட், 2019
அச்சிட்டோர்: பாவை பிரிண்டர்ஸ் (பி) லிட்.,
16 (142), ஜானி ஜான் கான் சாலை, இராயப்பேட்டை, சென்னை - 14
☎: 044-28482441

All rights reserved. No part of this book may be reprinted or reproduced or utilised in any form or by any electronic, mechanical, or other means, now known or hereafter invented, including photocopying and recording, or in any information storage or retrieval system, without permission in writing from the publishers.

என்னுரை

நான் ஒரு புதிய வாழ்வைத் துவக்கியுள்ளேன். கூட்டத்தைக் கண்டால் கூச்சத்துடன் விலகி நின்ற இளைஞனான நான் இன்று விளம்பர வெளிச்சத்தில் தள்ளப்பட்டுள்ளேன். தேசிய, உலக ஊடகங்கள் என்னைத் தொடர்கின்றன. எனக்குத் தனிப்பட்ட வாழ்வு என்பதே இல்லாமல் போனது. எப்போதும் ஊடகங்கள், மக்கள், தொலைக்காட்சிகள், போலீஸ், பாதுகாப்பு என என்னைச் சுற்றி இருந்துகொண்டே உள்ளன.

சிறையிலிருந்து வெளியே வந்தபின் ஆதரித்தும், எதிர்த்தும், பாராட்டியும், ஏசியும் கடிதங்கள், தொலைபேசிகள். நான் திகாரின் சிறிய சிறையறையிலிருந்து, பரந்த திறந்த வெளிச் சிறைச்சாலைக்கு மாற்றப்பட்டதாக உணர்கிறேன். தெருவுக்குப் பொதுவாழ்வில் வந்து விட்டவர்கள், அடிபட்டு, அவதூறு செய்யப்பட்டு, காவல்துறையின் கண்காணிப்பில் உள்ளவர்களுக்கு, உலகம் ஒரு திறந்த சிறைச்சாலையே.

மனிதர்கள் ஜாதி, மதம் எனும் சங்கிலியால் பிணைக்கப்பட்டு, ஆணாதிக்கம், சமத்துவமின்மையெனும் வலைகளுக்குள் சிக்கித் தவிக்கிறார்கள். நம்மைச் சுற்றி, நம்மையறியாமலே கட்டப்பட்ட ஜாதியச் சுவர்களுக்குள், சுரண்டல் சிறையில் அகப்பட்டு வாடுகிறோம். இந்த உலகம் ஒரு திறந்த வெளிச் சிறைச்சாலையாக அன்றி, மனிதர்கள் சுதந்திர சிந்தனையுடனும், சமத்துவம், சமநீதி, மனிதாபிமானம் ஆகியவை நிறைந்த உலகில் சுதந்திரமாக வாழ வேண்டும்.

என் வாழ்வின் இந்த மாற்றம் என்னை உறுதியான அரசியல் நிலைபாடு கொண்டவனாக மாற்றியுள்ளது. இது என் வாழ்வை மகிழ்ச்சி மிக்கதாக, நிறைவு மிக்கதாக மாற்றியுள்ளது. நான் பேசுவது செய்தியாகிறது. இது என்னைச் சங்கடத்திற்குள்ளாக்குகிறது. என் சுதந்திரத்தைப் பறிக்கிறது. நான் என் நண்பர்களை, கல்லூரித் தோழர்

களை இயல்பாகச் சந்தித்துப் பொழுதுபோக்கி மகிழ முடியாது தடுக்கிறது. என் அறை கூட எனக்கான தனிமையைத் தருவதாக இல்லை.

நான் பிறருடன் பேசுவதில் மகிழ்ச்சி கொள்பவன். மக்களைச் சந்திப்பது எனக்குத் தெம்பூட்டுகிறது. அரசியல் பேசுவது எனக்கு உற்சாகமளிக்கிறது. புதிய புதிய மனிதர்களைச் சந்திப்பதில் ஆர்வம் கொள்பவன் நான். மக்களுடன் என் கருத்துக்களைப் பகிர்ந்து கொள்ள விரும்புகிறேன். ஆனால் என் நண்பர்களுடன் நான் பழகுவது கூடத் தடைப்பட்டு விட்டது.

பத்திரிக்கையாளர்கள் நான் என்ன பேசுகிறேன் என்பதை அறிவதிலும், பதிவு செய்வதிலும் கவனமாக உள்ளார்கள். கருத்துக்களை விட, கருத்து முரண்பாடுகளே அவர்களுக்கு மிகவும் தேவையாக உள்ளது. ஆனால் ஊடகங்களின் உதவியின்றி மக்களைச் சென்றடைய முடியாது.

நான்கு மாதங்களுக்குப் பின் என் சொந்த ஊருக்குச் சென்றேன். அங்கும் நான் ஒரு பொதுக் கூட்டத்தில் பேச நேர்ந்தது. என் சிறிய கிராமம் மிகவும் மாறிவிட்டது. மக்கள் கூட்டம் திரண்டது. என் சொந்த ஊரிலேயே என்னைப் பாதுகாக்கப் போலீஸ்காரர்கள் நின்றது எனக்கு வியப்பாக இருந்தது. அது என் குடும்பத்தினருக்குப் பெரும் இடையூறாக இருந்தது. எனவே நான் பக்கத்து வீட்டில் காவலர்களுடன் தூங்கினேன்.

என்னைச் சந்தித்த எனது பள்ளி முதல்வர் உணர்ச்சிவசப்பட்டுக் கண்கலங்கி, “ஒரு ஆசிரியரின் வாழ்க்கை, தனது மாணவன் ஒருவன் புகழ்பெற்று உயருவதைக் காணும் போதே முழுமையடைகிறது. நான் என் வாழ்க்கை வெற்றிபெற்றது என்ற நிறைவைப் பெறுகிறேன்” என்றார்.

தனது சீருடையை அழுக்காக்கியதற்காக அம்மாவிடம் திட்டுவாங்கிய மகன், பள்ளி உணவு கிடைக்காத போது பட்டினி கிடந்த சிறுவன், தனியார் பள்ளியின் பாடம், பண்பாடு ஆகியவற்றை பின்பற்ற முடியாது திணறிய மாணவன், இவையெல்லாம் என் நினைவுக்கு வந்தன. கடந்தகால நினைவுகள், புதிய வாழ்வின் மீது தூசி படிந்து மங்கலாகத் தோன்றியது.

சிறையிலிருந்து வெளியே வந்தபின் ஹைதராபாத் செல்ல நினைத்தேன். ரோஹித் வெமூலா உயிரீந்த சமநீதியைப் பெறவே நான் சிறை சென்றேன். ஆர்.எஸ்.எஸ்சின் தலைமைபீடமான நாக்பூர், ரோஹித் வெமூலாவின் ஹைதராபாத், பொதுவுடமை கோலோச்சும் கேரள கிராமங்கள், முற்போக்கான தொழிலாளர்களின் மும்பை,

சுதந்திர உணர்வூட்டும் உனா, என நாடு முழுதும் பயணம் புறப்பட்டேன்.

மாணவர்கள், பொதுமக்கள், அரசு ஊழியர்கள், தனியார்துறை அலுவலர்கள், இளைஞர்கள், கலைஞர்கள் என இன்றைய கேடுகெட்ட வாழ்வுமுறையை எதிர்க்கும் அனைவரையும் சந்தித்தேன். அவர்கள் யாவரும் ஒரு புதிய மாற்று சமூகத்தை உருவாக்க முன்னின்றனர்.

நான் தில்லிக்கு விமானத்தில் பயணித்தபோது, விமானத்தின் கேப்டன் என்னை வரவேற்றுக் கைகுலுக்கினார். விமானம் தில்லி சென்ற பின் அவர் என்னை அவரது சிறப்பு அறைக்கு அழைத்துச் சென்று பிற விமான ஊழியர்களை அறிமுகம் செய்தார். அவர்கள் தமது பிரச்சினைகளை என்னுடன் விவாதித்தனர்.

குஜராத்தில் விவசாயிகள் திரண்டு வந்து, தமது நிலத்தை அதானிக்கு அரசு பிடுங்கித் தந்துவிட்டது எனக் குறை கூறினர். மும்பையில் விமான நிலையத்தில் சௌதியிலிருந்து வந்த இஸ்லாமியப் பெண், “நீங்கள் கன்னயா குமார் தானே. நமது நாட்டின் ஒற்றுமையை வளர்க்க நீங்கள் பாடுபட வேண்டும்” என்றார்.

நான் சிறைக்குச் செல்வேன் என்று நான் கற்பனை செய்ததுமில்லை. அதுபோல ஜே.என்.யு. மாணவர் தலைவனான போது நான் அப்படிப்பட்ட பொறுப்புக்கு வருவேன் என்றே எண்ணியதில்லை. நான் ஜே.என்.யு. போன்ற புகழ்பெற்ற கல்விநிலையத்தில் படிக்கும் வாய்ப்பைப் பெறுவேன் என நான் நினைக்கவுமில்லை. ஏதாவது அரசுப் பணியில் யு.பி.எஸ்.சி. எழுதிச் சேர்வதே என் லட்சியமாக இருந்தது.

இப்போது நான் தேர்தலில் போட்டியிடுவேனா என்று சிலர் கேட்கின்றனர். வாழ்க்கை ஓடம் எத்திசை போகுமோ? நான் என்னவானாலும் சரி, நான் ஒரு மக்கள் போராளியாகவே வாழ வேண்டும். நான் அடுத்த தலைமுறைக்கு ஒரு புதிய சமத்துவ சமுதாயத்தை வழங்கும் போராளியாகவே வாழ நினைக்கிறேன்.

நான் சிறையிலிருந்து வெளியே வரும் நாளன்று கைதிக் காவலர் எனக்கு ஒரு இளவரசன் கதை சொன்னார். சாதாரணமானவனாக இருந்தவனை இளவரசி திருமணம் செய்து கொள்கிறாள். அரசனான அவன் நாட்டையே மாற்றுவேன் என்று உறுதி கூறுகிறான். ஆனால் ஆடம்பரமான அரியணை கட்டுவதில் காலத்தைக் கழித்தான். அரியணை ஏறும் படிகளை மிக உயரமாகக் கட்டியதால், கடைசிவரை அவன் அரியணை ஏற முடியாமலேயே போனது. அந்த இளவரசன்

தன் லட்சியத்தில் தோல்வியுற அவனது ஆடம்பரப் பேச்சே காரணமானது. இது உனக்கும் ஒரு பாடம் என்றார்.

இதுதான் இன்றும் நாட்டில் நடக்கிறது. நமது பிரதமர் நல்ல நாள் வரும் என்று உறுதி சொன்னார். ஆனால் 10 லட்சம் ரூபாயில் கோட்டு, நாளுக்கொரு நாட்டுப் பயணம் என நாளைக் கடத்துகிறார். ஆனால் விவசாயிகளும், நெசவாளிகளும் தினம் தினம் தற்கொலை செய்து கொண்டு சாகிறார்கள். மக்கள் விலைவாசி உயர்வால் பட்டினி கிடக்கிறார்கள். ஆனால் பிரதமர் பெரு முதலாளிகளுக்கு நிலத்தையும், கடனையும் அள்ளி வீசிக் கொண்டுள்ளார். மக்கள் ஏமாற்றப் பட்டோம் என்ற விரக்தியில் வாடுகிறார்கள். எட்ட முடியாத சிம்மாசனம் கட்டிக் கொண்டுள்ளார் பிரதமர்.

நாட்டின் இந்நிலை மாற என்ன செய்ய வேண்டும்? பாபா சாகிப் அம்பேத்கர் கல்வியே மக்கள் மேன்மைக்கான ஒரே வழி என்கிறார். கல்வியறிவு பெற்றுவிட்டால் மக்கள் தமது தாழ்வுக்கும், வறுமைக்குமான காரணம் என்ன என்பதை அறிவார்கள். கல்வியே அவர்களது வறுமையையும், மூடத்தனத்தையும், போக்கும் ஒரே ஆயுதம்.

வறுமைப்பட்டவர்கள் ஒன்றுபடுவது அவசியம். ஒன்றுபட்ட மக்கள் தமது வறுமை போக்கும் தீர்வைத் தாமே காண வேண்டும். இதற்கு ஒன்றுபட்ட போராட்டமே ஒரேவழி. ஒன்றுபடுங்கள்... போராடுங்கள் என்று நம் ஆசான் நமது விடுதலைக்கான வழியைக் காட்டிச் சென்றுள்ளார்.

ஒன்றுபட்ட மக்கள் சக்தி என்றும் வெல்லும்.!

- கன்னையா குமார்

9

பொருளடக்கம்

1. கைதானேன் 11
2. காங்கிரஸ் குடும்பம் கம்யூனிஸ்டானது 13
3. ஜனநாயகமா? தீவிரவாதமா? 16
4. பிறந்தநாள் எது? 18
5. அரசுப்பள்ளி அவலம் 20
6. கல்வி பிரிக்கிறது 22
7. ஆணவம் வளர்த்தது கல்வி 25
8. பொருந்தாக் கல்வி 29
9. ஏற்றத்தாழ்வுகள் உலகத்தின் நீதி 33
10. உலகம் மாறுகிறது 36
11. கல்லூரி நோக்கி... 40
12. பாட்னா வாழ்வு 44
13. வெள்ளத்தில் துரும்பாக... 48
14. மதவெறி வளர்க்கப்படுகிறது 50
15. கட்சி அலுவலகம் பயிற்சிக் கூடம் 53
16. அரசியலின்றி எதுவுமில்லை 56
17. தில்லி சலோ 59
18. சுரண்டல் மாநகரம் தில்லி 61

19. புதிய மனிதனானேன்	64
20. போராட்டமே வாழ்வாகிறது	67
21. எதைப் படிப்பது?	71
22. ஜே.என்.யு. ஒரு சமத்துவ பூமி	73
23. ஜாதியம் எங்கும் உண்டு	78
24. ஒன்றுபட்டால் உண்டு வாழ்வு	81
25. ஒற்றுமையே வலிமை	86
26. நவீன ராவணன்	91
27. மாணவர் ஒற்றுமை புதிய சக்தி	95
28. பரமசிவன் கழுத்துப் பாம்பு	99
29. உரிமைக்குரல்	101
30. சிறை அனுபவம்	109
31. திகார் சிறையில்...	116
32. சிறையே வீடாக	119
33. சிறை ஒரு கதைப் பெட்டகம்	123
34. சிறைக்கூடம் - கல்விக்கூடம்	126
35. நம்பிக்கை துளிர்த்தது	128
36. மீண்டும் ஜே.என்.யு.	130

1
கைதானேன்

"உன் பெயர் என்ன?"

"கன்னையா குமார்"

எங்களிடையே ஒரு மர மேஜை இருந்தது. நான் ஒருபுறம் அமர்ந்திருந்தேன். மறுபுறம் அவர் அமர்ந்திருந்தார்

"அப்பா பெயர்?"

"ஜெய் சங்கர் சிங்"

"அம்மா பெயர்?"

"மீனா தேவி"

லோத் சானல் காவல் நிலையம் அது. எங்கள் இருவருடன் கூட மேலும் இருவர் அந்த அறையில் இருந்தனர். காக்கிச் சீருடையில் கடுமையான குரலில் அவர் கேட்ட கேள்விகள் நான் ஒரு சிக்கலான சூழலில் சிக்கியுள்ளேன் என்பதை உணர்த்தியது. ஏதோ மூச்சுவிட முடியாத ஒரு அறையில் அடைத்தது போல் உணர்ந்தேன்.

"எந்த கிராமம்?"

"மஸ்னத்யூர் பீஹார்"

"எத்தனை சகோதரர்கள்?"

"மூவர். ஒருவர் மூத்தவர். மற்றவர் இளையவர்"

இந்த நேரத்தில் மற்றொருவர் நுழைந்தார். வந்தவுடன் என் தலையைப் பிடித்து ஆட்டித் தூக்கி நிறுத்த வைத்தார். "எப்படி நீ உட்காரலாம்? எழுந்திரு, தேசதுரோகியே" என்று கத்தினார்.

மற்றவர் கேள்வியைத் தொடர்ந்தார்.

"எத்தனை சகோதரிகள்? திருமணமானவர்களா?"

அவருடைய மார்பிலிருந்து பெயர் அட்டையைப் பார்த்தபடியே நிதானமாகப் பதில் சொன்னேன்.

"ஒரே சகோதரி. திருமணமாகிவிட்டது"

என் பையிலிருந்த கைபேசியைப் பறித்தெடுத்து, ஒரு எண்ணைப் போட்டார். அவர் பேசியதை நான் கேட்டேன். அவர் என்னைப் பற்றிய கேள்விகளையே கேட்டார். பின் உன் மகன் கைது செய்யப் பட்டுள்ளான் என்று சொன்னார்.

என் தந்தையின் குரல். என்னைச் சுற்றி என் குடும்பத்தினர், உறவினர் அம்மா, கிராம மக்கள் அனைவரும் கூட்டமாக நிற்பது போல அந்த வினாடி உணர்ந்தேன். இதய நோயாளியான என் அப்பா பற்றிய கவலை மனதை வாட்டியது. "நான் கைதான செய்தி அவரை எப்படிப் பாதிக்கும்? என்ன செய்வார்? பல மாதங்களாக நான் பார்க்காத, பேசாத என் அம்மா என்ன ஆவார்? தன் உறவுப் பையனைப் போலீஸ் கைது செய்துவிட்டதைக் கேட்கும் என் கிராமத்து அப்பாவி மக்கள் என்ன செய்வார்கள்?" என்ற கவலை என் மனதை வாட்டியது.

ஜவஹர்லால் நேரு பல்கலைக்கழகம் (ஜே.என்.யு) என் வகுப்பு நண்பர்கள். என் அரசியல் தோழர்கள், வகுப்பு, படிப்பு, விவாதம் இவைதான் என் தினசரி உலகம். எனினும் என் கடந்த காலம், படிப்பறிவற்ற கிராமம், உறவினர் இவை இப்போது என் மனதை ஆக்கிரமித்தன.

இப்போது எனக்குத் தெளிவானது அவர்கள் என்னை ஏதோ கேள்வி கேட்க மட்டும் அழைத்து வரவில்லை. நான் கைது செய்யப்பட்டிருக்கிறேனோ? இனி என்ன நடக்கும்?

2
காங்கிரஸ் குடும்பம் கம்யூனிஸ்டானது

என் கிராமத்தை அடைய, பாட்னாவின் அருகில் உள்ள போகுசாரி ரயில்வே ஸ்டேஷனில் இறங்கி நடக்க வேண்டும். எங்கள் கிராமத்தைச் சுற்றி பழுப்பு நிலக்கரி அனல் மின்நிலையம், உரத் தொழிற்சாலை, எண்ணெய் சுத்திகரிப்பு நிலையம் எனப் பெரிய பெரிய தொழிற்சாலைகள் உள்ளன. சுமார் ஒரு லட்சம் மக்கள் தொகை கொண்ட இந்த ஊர் பல புகழ்பெற்ற அரசியல் வாதிகளை, அமைச்சர் களை, ஆளுநர்களை, அதிகாரிகளை, விளை யாட்டு வீரர்களை, கவிஞர்களை, ஓவியர்களை, நடிகர்களை, நீதிபதி களைத் தந்து புகழ் பெற்றது.

எனது தூரத்து உறவினரான ராமசரித்ரசிங், பிஹாரின் முதல் மின்சாரம், பாசனம், வேளாண்மைத்துறை அமைச்சராக இருந்தவர். இங்கு பல பெரிய தொழிற்சாலைகள் உருவாகவும், முன்னேறவும் அடிப்படையாக இருந்தவர். அவரது மகன் சந்திரசேகரசிங் இங்கு கம்யூனிஸ்ட் கட்சியை வளர்ப்பதில் முக்கியமானவராகத் திகழ்ந்தார். அவரும் கர்பூரிதாகூர் அமைச்சரவையில் மின்சாரத்துறை அமைச்சராக இருந்தார்.

பிஹாத் கிராமம் பிஹாரின் மிகவும் வளமான வசதிபெற்ற கிராமம். இங்கு ஒவ்வொரு வார்டிலும் ஒரு துவக்கப்பள்ளி, ஒவ்வொரு பஞ்சாயத்திலும் ஆரம்ப சுகாதார நிலையம், ஐந்து நடுநிலைப் பள்ளிகள், இரண்டு உயர்நிலைப் பள்ளிகள் எல்லாம் உள்ளன. 1996-ல் கம்யூனிஸ்ட் கட்சி பலமாக இருந்தது. எனவே பிஹாரின் பிற பகுதிகளை விட அதிக வளர்ச்சி பெற்றதாக இருந்தது. பெண்கள் நிலையும் மற்ற இடங்களை விட முன்னேற்றம் பெற்றதாக இருந்தது. ஆனாலும் கிராமத்தின் எல்லா

மக்களும் சமமான வளர்ச்சி பெற்றவர்களாக இல்லை. ஏழை பணக்காரன் ஏற்றத்தாழ்வு நாட்டின் எந்தப் பகுதி போலவும் இங்கும் உண்டு.

நான் மஸ்ளத்பூர் கிராமத்தில் பிறந்தேன். எல்லா கிராமத்துக் குழந்தை போலவும் பிறந்து வளர்ந்தேன். பிறப்பது, வளர்வது, பள்ளியில் சேர்வது, இடையில் படிப்பை நிறுத்துவது என்பன எங்கும் போல இங்கும் சர்வசாதாரணமாக நடப்பதுதான். பல ஏழைக் குழந்தைகள் படிப்பை நிறுத்திவிட்டுச் சின்ன வயதிலேயே வேலைக்குப் போவார்கள். சிலர் தப்பிப்போய் படிப்பைத் தொடர்வதும் உண்டு.

என் குடும்பம் ஏழ்மைப்பட்டது. என் குடும்பத்தைப் பற்றிச் சொல்லும் போது, என் அம்மாதான் முதலிடம். என் அம்மா, அப்பாவைவிட அதிகம் படித்தவர். அவரே குடும்பத்தை நடத்துவதில், வேலை செய்து சம்பாதித்துக் குடும்பத்தைக் காப்பாற்றுவதில் முதலிடம் வகிப்பவர். என் அம்மா பள்ளிப் படிப்பை முடித்தவர்.

அப்பா விவசாயி, ஆனால் நிலத்திற்குச் செல்வது அபூர்வம்தான். இருந்த சின்ன பூமியை விளைவிப்பதை விடக் கூலி வேலைக்கே அதிகம் போவார். அடிக்கடி உடம்பு சரியில்லை என்று படுத்துவிடுவார். அம்மாதான் அரசுக் குழந்தைகள் பள்ளிக்கு வேலைக்குப் போய் எங்களை வளர்த்தார். மாதம் 3000 ரூபாய் சம்பளத்தில் பள்ளி உதவியாளர் வேலை செய்தார்.

என் அண்ணன் மணிகாந்த், தம்பி பிரின்ஸ், சகோதரி ஜுஹி, நான் என்ன ஜாதி என்பது பற்றியெல்லாம் எனக்குத் தெரியாது. குழந்தைகளுக்கு ஜாதி ஏது? ஆனால் இப்போது ஜாதி பெரிய இடத்தைப் பிடித்துவிட்டது. எந்தக் குழந்தைதான் பிறக்கும் ஜாதியைத் தேர்வு செய்ய முடியும்? குழந்தைக்கு மதம்தான் தெரியுமா? ஆனால் இங்கு மத நம்பிக்கை, கடவுள் நம்பிக்கை இல்லாதவர்கள் கூட ஏதாவது ஒரு ஜாதியை, மதத்தைச் சொல்ல வேண்டியுள்ளது. வேறு வழியில்லை. நீ தேர்வு செய்ய முடியாத மதம், உன் மீது திணிக்கப் படுகிறது. அப்படிப் பார்த்தால் என்னையும் இந்து என்றுதான் சொல்கிறார்கள்.

என் தாத்தா நானாஜி ஒரு தீவிரக் காங்கிரஸ்காரர். காந்தி குல்லாயுடன்தான் இருப்பார். அதை காந்தி குல்லாய் என்பதே பொருத்தமற்றது. ஏனெனில் காந்தி அதை அணிந்ததில்லை. என் அப்பா வழி தாத்தா இந்தியக் கம்யூனிஸ்ட் கட்சிக்காரர். ஆனால் அவர் கட்சியின் உறுப்பினர் அட்டை வாங்கிக் கொண்டதில்லை. அவர் பழுப்பு நிலக்கரி அனல் மின்நிலையத் தொழிற்சாலையில் போர்மென்னாகப் பணியாற்றினார். அகில இந்திய தொழிற்சங்க கவுன்சில் (ஏ.ஐ.டி.யு.சி.) உறுப்பினர். அதுதான் இந்தியாவின் முதல் தொழிற்சங்கம். இப்படி என்

கம்யூனிஸ்ட் கட்சி உறவு துவங்குகிறது. பொருளாதாரமே உன் அரசியல் சார்பை முடிவு செய்கிறது என்பது எத்தனை உண்மையானது?

குடும்பத்திலுள்ள மற்றவர்களின் அரசியலிலிருந்து வேறுபட்டதாக அப்பாவின் அரசியல் இருந்தது. குடும்பம் முழுவதும் கம்யூனிஸ்டாக இருந்தபோதும், அவர் மாறுபட்டவராக இந்திய கம்யூனிஸ்ட் (மார்க்சிஸ்ட் லெனினிஸ்ட்) ஆதரவாளராக ஆயுதப் புரட்சி மூலமே மாற்றம் வரும் எனக் கூறுபவராக இருந்தார். பின் தன் புரட்சிவாதமெல்லாம் பயன்தராது என உணர்ந்து கொண்டாரோ என்னவோ, அல்லது குடும்பச்சுமை அவரைத் தள்ளியதோ என்னவோ பின் குடும்பத்தை கவனிக்கத் துவங்கிவிட்டார்.

அது என் குடும்பக் கதை மட்டுமல்ல. அன்று நாடு முழுதும் பல்லாயிரம் குடும்பங்களிலும் இந்த மாற்றம் எப்படியோ உருவானது. ஒரு காலத்தில் நாடே காங்கிரஸின் பாதையில்தான் போனது. என் குடும்பமும் பெரிதும் காங்கிரஸ் குடும்பமே. என் அப்பாவழித் தாத்தா ராமசித்ரசிங் காங்கிரஸ் அமைச்சர்தானே. அவரது மகன் சந்திரசேகர் சிங் பனாரஸ் இந்து பல்கலைக் கழகத்தில் படித்தவர். பின் புரட்சிக்காரர்கள் தொடர்பால் காங்கிரசை விட்டு விலகிக் கம்யூனிஸ்டானார்.

அவரது அரசியல் பாதையை எங்கள் கிராமமும் பின் தொடர்ந்தது. சந்திரசேகர்சிங் மார்க்சியச் சுடரால் கிராமத்தை ஒளியேற்றினார். கிராம இளைஞர்கள் இந்திய கம்யூனிஸ்ட் கட்சியில் சேரத்துடித்தனர். அது வரை பலம் பெற்றிருந்த காங்கிரஸ் பலமிழக்கத் துவங்கியது. காங்கிரஸ் தனது விடுதலைகாலக் கனவுகளை நிறை வேற்றாதது மக்களுக்குப் பெரும் ஏமாற்றமானது. ஏழைகள் ஏழைகளாகவே இருந்தனர். பணக்காரர்கள் மேலும் பணக்காரராயினர். ராமராஜ்யம் கனவானது. விரக்தியுற்ற இளைஞர்கள் இடதுபக்கம் திரும்பினர். படித்த இளைஞர்கள், உழைப்பாளர்கள், விவசாயிகள், ஏழைகள், தலித்துகள் வருகையால் வலிமை பெற்ற இடதுசாரிகள், பீஹாரின் வலிமை மிக்க குரலாயினர்.

ராமசரித்ர சிங் அமைச்சர் பதவியை ராஜினாமா செய்தார். காங்கிரஸ் அமைச்சரின் மகனே கம்யூனிஸ்டானார் என்ற செய்தி இடதுசாரியின் வலிமையைக் கூட்டியது. அப்போது இன்றைய இந்துத் துவவாதிகள் எவரும் அரசியலில் இல்லை. காங்கிரசின் வன்முறை யாளர் களுக்கு, சமூகக் குற்றவாளிகளுக்கும் இந்துத்துவ அமைப்புகள் இடம் கொடுத்து வளர்ந்தன. ஆனால் பாரம்பரிய காங்கிரஸ், கம்யூனிஸ்ட், சோசலிசக் கோட்டைகளில் இந்துத்துவ வாதிகள் நுழைய முடியவில்லை.

3

ஜனநாயகமா? தீவிரவாதமா?

கம்யூனிசத் தாக்கத்தையும் மீறி எங்கள் கிராமத்தில் குடும்பத்தில் ஆணாதிக்கம், ஜாதி உணர்வு, மத உணர்வு தொற்றிக் கொண்டுதானிருந்தது. என் இளம் வயதில் ஒரு புறம் முற்போக்கான, புரட்சிகரக் கருத்துக்களும், பழமைவாதிச் சிந்தனைகளும் தொடர்வதைக் கண்டிருக்கிறேன்.

என் தாத்தா எங்கள் வீட்டுப் பெண்களை ஓரளவுக்கு மேல் படிக்க விடாமல் தடுத்தார். எனவே அவர்கள் திருமணத்திற்குப் பின் படிப்பைத் தொடர்ந்தனர். மறுபுறம் அவர் கடவுள் நம்பிக்கையற்றவர் என்ற போதும், என் தாத்தா பாட்டியின் திதி போன்ற சம்பிரதாயங்களை அனுமதிக்கவும், பூஜைக்கான சாமான்களை வாங்கித் தரவும் தயங்கிய தில்லை. அது அன்பாலா, நம்பிக்கையாலா தெரியவில்லை. எனவே ஒரு புறம் நவீனத்துவம், மறுபுறம் பழமைவாதமும் கொண்ட குடும்பச் சூழலிலேயே நான் வளர்ந்தேன்.

அப்பா பள்ளிப் பாடங்களை விடவும், வெளியே பிற புத்தகங்களைப் படிக்க வேண்டுமென்பார். அவர் பட்டப்படிப்பு படித்தவரல்ல என்ற போதும், பரந்த உலக அறிவு கொண்டவராக இருந்தார். ஆனால் பட்டறிவை விட பட்ட அறிவைத்தானே நமது சமூகம் பெரிதும் மதிக்கிறது. இதில் என் அம்மா, அப்பாவை மிஞ்சியவர். அவரே எங்கள் வீட்டில் அதிகம் படித்தவர்.

எனினும் கிராமத்துப் பெண்கள் சந்திக்கும் அத்தனை சவால்களையும் என் அம்மா சந்தித்தார். ஆனால் ஒவ்வொரு சந்தர்ப் பத்திலும் தான் வேறுபட்டவள் என்பதை நிரூபித்தார். இளம் வயதி லேயே திருமணம் செய்விக்கப்பட்டார். குழந்தைகள் பெற்றார். குடும்பப் பொறுப்பு களைச் சுமந்தார். எனினும் தனது படிப்பையும் மறுபுறம் தொடர்ந்தார். பெண்கள் எந்தத் துயரையும் தாங்கும் வலிமை பெற்றவர்கள் என்று

சொல்வதுண்டு. அது உண்மையல்ல. சுமைகள் அவர்கள் மீது சுமத்தப் படுகின்றன. சுமப்பதைத் தவிர அவர்களுக்கு வேறு வழியில்லை. அதுவே உண்மை. என் அம்மாவும் இதற்கு விதிவிலக்கல்ல. எல்லாக் குடும்பப் பொறுப்புகளையும் சுமந்தார். கூடவே படிப்பையும் தொடர்ந்தார். எனவேதான் நான் என் அப்பாவை விட அம்மாவை அதிகம் மதித்துப் போற்றுகிறேன்.

ராமசித்ரா சிங் அமைச்சரான பின் எங்கள் பகுதியில் பல தொழிற் சாலைகள் துவக்கப்பட்டன. என் தாத்தா ஒரு தொழிற் சாலையில் தொழி லாளியாகிப் பின் போர்மென்னாக, உயர்வு பெற்றார். இதனால் எங்கள் குடும்பத்தின் வருமானமும், தரமும் உயர்ந்தது. தாத்தா தன் பெண்களைப் படிக்க வைத்தார். ஒருவர் ஆசிரியையானார். பின்னர் படித்த குடும்பத்தில் திருமணம் செய்து வைக்கப்பட்டார். எங்கள் குடும்பம் மட்டுமல்ல, எங்கள் உறவினர் சுற்றம் முழுவதுமே மெல்ல மெல்லக் கல்வி, வேலை, பொருளாதார உயர்வு பெற்றனர். எனினும் புரட்சிகரக் கொள்கைகளில் ஈர்க்கப்பட்ட என் அப்பா தனது வருமானம், பொருளாதார மேம்பாடு ஆகியவற்றில் அதிகம் கவனம் செலுத்த வில்லை.

அப்பா அனைத்து ஜாதியினருடனும் பழகி, உறவுகொண்டார். இந்திய கிராமங்கள் ஜாதியக் கொடுமைகளிலிருந்து விடுபடப் போராடிக் கொண்டிருந்த காலம் அது. எங்கள் குடும்பம் முழுதுமே அரசியல் விழிப்புணர்வு பெற்றிருந்தது. ஜனநாயகம், சமத்துவம், சோசலிசம் ஆகிய கொள்கைகள் எங்கள் மனதில் ஆழமாக வேர் விட்டிருந்தன. எனினும் அப்பா உண்மை சமத்துவம் வளர்க்க ஜனநாயகம் உதவாது, சுரண்டலைப் பேசித் தீர்க்க முடியாது என அழமாக நம்பினார்.

ஒரு ஜமீன்தார் கிராமத்தில் அராஜகம் செய்து, மக்களைக் கொடுமைப்படுத்தினால், அவரைப் பேசித் திருத்த முடியாது. தீர்த்துக் கட்டுவதாலேயே சமூகம் மாறும் என்பார். எனவே அவர் குடும்பத்திலிருந்து விலகித் தனது கனவுலகில் புரட்சிகரமாக வாழ்ந்து கொண்டிருந்தார். கனவுகளிலேயே மனிதன் எப்போதும் வாழ்ந்து முடிந்துவிட முடியாது.

அப்பாவின் அரசியல் சிந்தனை ஓரளவு என்னுள்ளும் என் சகோதரனுள்ளும், அம்மாவிடம் கூடப் பதிந்திருந்தது. எங்கள் உறவினர் குடும்பங்கள் வளர்ச்சியும், வசதியும் பெற்று வளர, நாங்கள் வறுமையில் வாடினோம், வறுமை போலக் கொடிய நோயில்லை. அது மனிதரைத் தீண்டத்தகாதவராக சமூகத்திலிருந்தே விலக்கிவிடும் வலிமை கொண்டது.

சுரண்டலையும் வறுமையையும் ஒருவர் நன்கு உணர சுரண்டப்பட வேண்டும், வறுமையில் வாட வேண்டும். வசதி மிக்கோருக்கு வறுமையின் கொடுமை தெரியாது. பசியின் கொடுமை தெரியாது.

4
பிறந்தநாள் எது?

என் இளமைக் காலம் பல புரியாத புதிர்கள் கொண்டது. குழந்தைகள் எதையும் காரணத்துடன் புரிந்துகொண்டு செய்வதில்லை. பழக்கமே பல பழக்கங்களை உருவாக்குகிறது. குறிப்பாக என் அம்மாவை நான் அம்மா என்றே அழைப்பதில்லை. 'தீதி' சகோதரி அக்கா என்றே அழைப்பேன். என் அம்மா வழி மாமா, என் அம்மாவுடன் அவரது திருமணத்தின் பின் எங்கள் வீட்டிலேயே வசித்தார். அவர் அழைத்ததையே நானும் பின்பற்றியிருக்கலாம். நான் எட்டாவது படிக்கும் போதுதான் உணர்ந்தேன், அம்மாவை அக்கா என்று அழைக்கக் கூடாது என்று.

எங்கள் குடும்பத்தின் வறுமை காரணமாக எனது மூத்த சகோதரனும், சகோதரியும் என் மாமாவுடன் வசித்து வந்தனர். சகோதரர்களான போதும் நாங்கள் ஒன்றாக வளரவில்லை. நான் எட்டாம் வகுப்பு படித்தபோது என் அத்தை இறந்துவிட்டார். எனவே என் சகோதரி எங்கள் வீட்டுக்கு வந்து எங்களுடன் வாழத் துவங்கினார். அப்போது என் சகோதரி என்ற போதும் ஏதோ மூன்றாவது நபர் போலவே கருதினேன்.

எனவே சின்னச் சின்ன விஷயங்களுக்குக்கூட சண்டை போட்டுக் கொள்வோம். உடமைகளைக் காப்பதில் சிறு வயதிலேயே போட்டி பொறாமை உண்டாகிவிடுகிறது. பின் படிப்படியே அவளை ஏற்றுக் கொண்டு வாழப் பழகிக் கொண்டேன். எனினும் நான் அவளை அக்கா என்றே அழைத்ததில்லை. அவளைப் பெயர் சொல்லியே அழைப்பேன். பின் என் நண்பர்கள் என்னை கேலி செய்த காரணத்தால் அம்மாவை அம்மா என்றும், சகோதரியை அக்கா என்றும் அழைக்கத் துவங்கினேன்.

என் பெயர் பற்றியும் எனக்குப் பெரும் புதிராக இருந்தது. என் சகோதரன் கிருஷ்ணாஷ்டமியில் பிறந்ததால் மணிகண்ட் என்று பெயரிடப்பட்டான். ஆனால் நான் எப்போது பிறந்தேன்? ஏன் கன்னயா

குமார் என்று பெயரிடப்பட்டேன் என்பது புரியவில்லை. ஆனால் அதுவும் ஒரு கிருஷ்ணர் பெயர்தானாம். நான் வீட்டில் பிறந்தேன், மருத்துவ மனையில் பிறந்தேன் என்றெல்லாம் என் நண்பர்கள் பேசிக் கொள்வார்கள். நான் எங்கு பிறந்தேன்?

ஒரு நாள் என் அம்மாவிடம் நான் எங்கு பிறந்தேன் என்ற கேள்வியைக் கேட்டேன். அவர் சொன்ன பதில் எனக்கு வியப் ட்டியது. ஒரு நாள் என் அம்மா சமைத்துக் கொண்டிருந்தாராம். கோதுமை மாவு தேவைப்பட்டிருக்கிறது. அதை எடுக்க பக்கத்து அறைக்குப் போய், மூட்டையிலிருந்த மாவை எடுத்திருக்கிறார். திடீரெனப் பிரசவ வலி உண்டானதாம். அங்கேயே நான் பிறந்தேனாம். எனவே அந்த அறையின் அந்த மூலையைப் பார்க்கும் போதெல்லாம் எனக்கு நான் பிறந்த இடம் என்ற எண்ணம் வரும். அதுதான் என் மருத்துவமனை என்பேன்.

என் பெயர் பற்றிய மர்மமும் ஒரு நாள் தெளிவானது. நான் இப்போது ஒல்லியாக இருக்கலாம். ஆனால் என் இளமைக் காலத்தில் குண்டாக இருந்தேனாம். “பிறப்பதற்குள் என்னை ஒரு பாடுபடுத்தி விட்டாய்” என்று அம்மா சிரித்துக் கொண்டே சொல்வதுண்டு. என் தாத்தாக்கள் இருவரும் தமது ஓய்வூதியத்தைத் தந்து எங்களை வளர்த்தனர்.

நன்கு ஊட்டத்துடன் பாதுகாக்கப்பட்டதால் நான் குண்டாகப் பிறந்தேன் என்பர். அப்படிக் கொழுகொழுவென்றிருந்த என்னை, என் அம்மா மடியில் போட்டுக் கொஞ்சுவதைக் கண்ட பெண்கள், நான் குண்டுக் கிருஷ்ணனைப் போல இருக்கிறேன் என்பார்களாம். அதனால்தான் கன்னய்யா என்று பெயரிட்டார்களாம்.

நான் பிறந்த ராசி, நட்சத்திரம், ஜாதகம் எதுவுமில்லை. எந்த ஜோதிடரும் என் ஜாதகத்தைக் கணித்து எழுதவுமில்லை. என் பிறந்த நாளே வெகுநாட்களுக்குப் பின்னரே குறிக்கப்பட்டது. பள்ளியில் சேர்க்கும் போதுதான் பிறந்த நாள் வயது குறிக்க நேரும் போது சாதாரணமாக ஏழைக் குடும்பங்களில் அதுபற்றி யோசிப்பார்கள். ஜனவரி 2 என்று என் ஆசிரியரே முதலில் ஒரு நாளைக் குறித்து எழுதினார். அதுவே என் பிறந்த நாளானது. என் பிறந்த நாள் எது என்று எனக்கும் தெரியாது, என் பெற்றோர்க்கும் தெரியாது. எது உண்மை என்பது பற்றி எவருக்கும் கவலையும் இல்லை. இதுதான் இன்றும் கிராமங்களின் நிலை.

பள்ளியில் படிக்கும் போது எழுதுவதற்கு நோட்டுப் புத்தகங்கள், காகிதங்கள் இருக்காது. அப்போது தாத்தாவின் பழைய டைரிகளைக் கிழித்து எழுதுவோம். ஒரு தாளில் மார்ச் 27. ஒரு புதிய விருந்தினர் வருகிறார் என்று என் தாத்தா எழுதி இருந்தார். பின்னர் தெரிந்தது அந்தப் புதிய விருந்தினர் நான்தான் என்பது. இப்படி எனது 15வது வயதில் எனது உண்மையான பிறந்த நாளைத் தெரிந்து கொண்டேன். ஆனால் அது அப்போது காலம் கடந்த செய்தியே.

5

அரசுப் பள்ளி அவலம்

நான் எப்போது பள்ளியில் சேர்ந்தேன் என்பது எனக்குத் தெரியாது. ஆனால் பள்ளியில் சேராமலேயே அக்காவுடனும், அம்மாவுடனும் பள்ளிக்குப் போவேன். அந்தப் பள்ளியின் பெயர் மத்யா வித்யாலயா. அது மஸ்னபூர் என்ற இடத்தில் விடுதலைக்கு முன்னரே துவங்கப்பட்ட பள்ளி அது. அதில் இரண்டு பெரிய வகுப்பறைகள் உண்டு. ஒரு சமயம் அதில் 12 ஆசிரியர்கள் இருந்தனர். ஆனால் நான் படித்து முடிக்கும்போது இரண்டே ஆசிரியர்கள்தான் மிஞ்சினர்.

எல்லா கிராமப் பள்ளிகளைப் போலவும், இதுவும் வசதிகள் குறைந்த பள்ளியே. ஒரு குழந்தை கழிப்பறைக்குப் போக வேண்டு மென்றால் உடனடியாகப் போய்விட முடியாது. முதலில் ஆசிரியரிடம் போய் எனக்கு ஐந்து நிமிடம் வெளியே போக அனுமதி வேண்டுமென்று கேட்க வேண்டும். பின் திறந்தவெளிக்குப் போய் காரியத்தை முடித்து வரவேண்டும். பள்ளியில் கழிப்பறை ஏதுமில்லை. அது மட்டுமா நூலகமில்லை. தேசியக்கொடியேற்றக் கம்பம் கூட இல்லை. சுதந்திர நாளில் குச்சி நாட்டிக் கொடியேற்றுவோம்.

ஆகஸ்ட் 15, ஜனவரி 26 பள்ளியில் கொண்டாட்ட நாட்கள். கொடியேற்றம், ஆட்டம், பாட்டம், விளையாட்டுடன் தின்பதற்கு ஏதேனும் தருவார்கள். நல்ல நன்கொடையாளர் கிடைத்தால் ஜிலேபிகூடக் கிடைக்கும். இல்லையென்றால் மலிவான மிட்டாய்தான்.

நான் வளர வளர பலவீனமானேன். விளையாடக்கூட சத்தற்ற வனாக இருந்தேன். எனவே பாடுவது, எழுதுவது, பேசுவது, வரைவது போன்ற போட்டிகளில் ஈடுபட்டுப் பரிசும் பெறுவேன். அதிகமான மிட்டாய்களும் கிடைக்கும் என்பதால் அந்த நாட்கள் பெரும் கொண்டாட்டமாகவே இருக்கும்.

எல்லாக் குழந்தைகளைப் போலவும், நான் குறும்புக்காரனாகவே இருப்பேன். ஏதாவது குறும்பு செய்து அகப்படாமல் தப்புவது போல மகிழ்ச்சி வேறு எதில் உண்டு? ஒரு முறை எனக்குப் பட்டாசுகள் வாங்கக் காசு கிடைக்காமல் போனது. எனவே கூரை வேயக் குவித்து வைக்கப்பட்டிருந்த புல்லில் தீ வைத்து அவை எரிந்தபடிப் பறப்பதைக் கண்டு மகிழ்ந்து கொண்டிருந்தோம். பக்கத்திலிருந்த மாட்டுக் கொட்டகையில் நெருப்பு பற்றிக் கொண்டது. நாங்கள் ஓடி ஒளிந்து தப்பித்துக் கொண்டோம். நல்ல வேளை பெரும் இழப்பு ஏதுமின்றி பெரியவர்களால் நெருப்பு அணைக்கப்பட்டுவிட்டது.

கோடை காலத்தில் பக்கத்திலிருந்த மாந்தோட்டத்தில் போய் மாங்காய்களைத் திருடுவோம். அதுபோல பலாப்பழக் காலத்தில் எட்டும் உயரத்திலிருக்கும் பலாப் பழத்தைத் திருடித் தூக்க முடியாமல் தூக்கி வந்து, ரகசியமாக வெட்டிச் சுளைகளைத் தின்பது பெரும் மகிழ்ச்சிதான்.

விளைந்த நெல் அல்லது சோளக் கொல்லையில் திருடன் போலீஸ் விளையாட்டு விளையாடுவோம். தோட்டக்காரர் வந்து தாத்தாவிடம் கடிந்துகொள்வார். ஆனால் தாத்தா குழந்தைகள் விளையாட்டு, பெரிதாக எடுத்துக்கொள்ள வேண்டாம் என்று சொல்லி அனுப்பி விடுவார்.

பள்ளிப் பருவமும் எனக்குப் பெரிய மாற்றமானதாக இல்லை. முதல் பெஞ்சில் உள்ளவர்கள் படிப்பார்கள். கடைசி பெஞ்ச்காரர்கள் விளையாடுவார்கள். ஆசிரியர் தூங்குவார். நான் காகிதக் கப்பல் செய்வேன், விமானம் செய்து பறக்கவிடுவேன். சினிமாக் காட்சி போலச் சண்டை போட்டு விளையாடுவதுமுண்டு.

நான் வகுப்பில் முதலிடம் பெறுவேன். ஆனால் வகுப்பில் எல்லோருக்கும் தேர்வு கிடைத்துவிடும். குறும்புக்கார, படிக்காத பையன் கூடப் பாசாகிவிடுவான். அதுபோல ஆசிரியர்களிலும் பலவகை. வகுப்பே எடுக்காத ஆசிரியர்கள், படிபடி என்று வற்புறுத்தும் ஆசிரியர்கள் என இரு வகை உண்டு. சிலர் மாணவன் இருக்கிறானா, இல்லையா, படிக்கிறானா, விளையாடுகிறானா என்பது பற்றி யெல்லாம் கவலைப்பட மாட்டார்கள். அரசுப் பள்ளிகள் என்றாலே தரக்குறைவுதான். அது பற்றி யாரும் கவலைப்படுவதில்லை. தேர்தலில் நிற்பது, ஜெயிப்பது, மந்திரியாவதுதான் கவலை. பள்ளி, வகுப்பு, படிப்பு பற்றிய அக்கறை யாருக்கும் பெரிதாக இல்லை. இத்தனை குறைகளுடனும்தான் அரசுப் பள்ளிகள் ஏழைகளுக்குப் படிப்புத்தர உள்ளது. தனியார்தான் பள்ளிகள் காசு உள்ளவர்களுக்காகவே இருக்கிறது. எப்படியோ இங்கிருந்தும் சிலர் மேலே வந்து விடுகின்றனர்.

6
கல்வி பிரிக்கிறது

டிசம்பர் தேர்வு முடிவுகள் தெரியும் காலம். பொதுவாக நான் தேர்வு முடிவு வரும்வரைக் காத்திருப்பதில்லை. அடுத்த வகுப்புப் புத்தகங்களை மூத்த மாணவர்களிடமிருந்து வாங்கிப் படிக்கத் துவங்கிவிடுவேன். நான் இந்தி, கவிதை நூலை வாங்கிப் படிப்பேன். படிப்பு பெரிய சவாலாக இல்லை. ஆறாவது படித்த மாணவனுக்கு ஆங்கிலத்தின் 26 எழுத்துக்கள் தெரியும். அவ்வளவே,

நாள் தேர்வு முடிவு அறியப் பள்ளிக்குப் போனேன். வழியில் வந்து கொண்டிருந்த மாணவர்கள் நான் தேறிவிட்டேன் என்று கூறினார்கள். எனவே வீட்டுக்குத் திரும்பினேன். வழியில் எங்கள் கிராமத்துக் கவிஞர் வழியில் ஒரு கடையில் செய்தித்தாளைப் படித்துக் கொண்டிருந்தார்.

அவர் என்னை நிறுத்தி "எங்கிருந்து வருகிறாய்?" என்று கேட்டார். நான், "தேர்வு முடிவு தெரிந்து கொண்டு வருகிறேன்" என்றேன். "என்ன முடிவு" என்று கேட்டார்.

"நான் முதலாவதாகத் தேர்ச்சி பெற்றுள்ளேன்" என்று பெருமையுடன் சொன்னேன். நான் அவ்வளவு ஆணவத்துடன் அந்தப் பதிலைச் சொல்லியிருக்கக் கூடாது என்பதைப் பின்னர் உணர்ந்தேன். அது வெற்றியின் மமதை.

கவிஞர், "மிகவும் நல்லது. நான் ஒரு கேள்வி கேட்கிறேன் பதில் சொல். அறுபத்து ஒன்பது என்பது என்ன?"

"ஏழும் ஒன்பதும்" என்றேன் உறுதியுடன்

"ரொம்பச் சரி. எழுபத்தொன்பது என்ன?"

“எட்டும் ஒன்பதும்” என்றேன்.

அவர் என்னைத் தட்டிக் கொடுத்து, “நீ முதலிடம் பெறத் தகுதியானவன்தான்” என்றார். நான் அவரது கிண்டலைப் புரிந்து கொள்ளாமல் புகழ்கிறார் என்ற கர்வத்துடன் வீட்டுக்குப் போனேன். இரவு படுத்திருந்த போதுதான் அவரது வார்த்தைகளுக்கு அவர் தந்த குரலின் வேறுபாடு புரிந்தது. அவர் என்னைப் புகழவில்லை, ஏதோ கேலி செய்துள்ளார். எனவே எனது கணிதப் புத்தகத்தைப் புரட்டிப் பார்த்தேன். எனது முழுமையான தவறும், அறிவீனமும் புரிந்தது. என் முதலிடம் என்பது எத்தனை போலியானது என்பதை அறிந்து வெட்கப்பட்டேன். இது எனது கேவலம் மட்டுமல்ல, நமது கல்வி முறையின் வீழ்ச்சியையும் எனக்கு உணர்த்தியது.

எனவே பள்ளியில் தேர்வது மட்டும் போதாது என உணர்ந்து, உண்மை அறிவு பெறும் முயற்சியைத் துவக்கினேன். இரவு நெடுநேரம் படித்தேன். பள்ளிப் புத்தகம் தவிர பிறவற்றையும் படித்தேன். பிறர் என்னை முன்மாதிரியாகக் காட்டுமளவுக்கு உண்மையுடன் படித்தேன்.

கல்வியின் மீதான பேராசையுடன் படித்தேன். எனது ஆசிரியர் ஊர்வசி என் கல்வி மீது சிறப்பு கவனம் செலுத்தினார். எனது படிப்புக்கு உதவ என் பெற்றோரைத் தூண்டினார். குடும்பம் முன்னேற, பிள்ளைகள் படிக்க அதிகம் பணம் தேவை என்பதை அப்பா உணரத் துவங்கினார். முயற்சி எடுத்துப் படிக்கும் தனது மகனைப் படிக்க வைக்க அதிக உழைப்பு அவசியம் என்பதை உணர்ந்தார்.

தனது கற்பனை அரசியலைக் கைவிட்டார். குடும்பம், பிள்ளைகள் கல்வி பற்றிச் சிந்திக்கத் துவங்கினார். ஆசிரியர் ஊர்வசியின் வேண்டுகோள், அவரது வாழ்க்கைப் பாதையை மாற்றியது. அரசியலும் மாறியது. துப்பாக்கி பயன்தராது என்பதை உணர்ந்தார். மக்கள் நிலை மாற, மக்கள் மனம் மாற வேண்டும்; அதற்கான பாதை ஜனநாயகமே, என்பதை உணர்ந்தார். மாற்றம் திடீரென உருவாவதல்ல. மெல்ல, மெல்ல, சிறிது சிறிதாக மாறுவதே நிலையான மாற்றம் என்பதை உணர்ந்தார்.

புகைப்பதை நிறுத்தினார். பாலில் காபி போடுவது செலவு என்பதால், கடுங்காப்பி குடிக்கத் துவங்கினோம். ஒவ்வொரு செயலிலும் சிக்கனம் கடைபிடித்தோம். வீண் செலவுகளை நிறுத்தி கல்விக்காகப் பணம் செலவிடப்பட்டது. என் அண்ணன் பாலில்லாமல் காபி குடிப்பதற்குக் கஷ்டப்பட்டான். என்ன செய்ய? ஒன்றைப் பெற ஒன்றைத் தியாகம் செய்தாக வேண்டியுள்ளது.

எனக்குச் சிறப்புக் கல்வி தர ஒரு நல்ல ஆசிரியர் முன்வந்தார். பரமானந்த் யாதவ் எனக்கு ஆங்கிலம் சொல்லிக் கொடுத்தார். சைக்கிளில்

போய் ஒவ்வொரு மாணவனின் கல்வி மீதும் அவர் சிறப்பு அக்கறை காட்டினார். அவரால் ஊக்குவிக்கப்பட்டு மாணவர்கள் கல்வியில் சிறந்து, உயர் பதவிகள் பெற்றனர். வசதியான வாழ்வு பெற்றனர்.

மாதாமாதம் மாணவர்களின் கல்வித் தகுதி அறியத் தேர்வு நடத்துவார். எனது கல்வித் தகுதி மெல்ல உயர்ந்தது. ஆசிரியர் பரமானந்த் யாதவ் என் தந்தையிடம் என்னை ஏதாவது ஒரு தனியார் பள்ளியில் சேர்த்து நல்ல கல்வி பெறச் செய்ய வேண்டுமென வற்புறுத்தினார். என் அப்பாவின் பொறுப்பும், சுமையும் அதிகமானது.

1986-ல் ராஜிவ் காந்தி புதிய கல்வித்திட்டம் கொண்டு வந்தார். அதுவே கல்வி தனியார் மயத்திற்கு வித்திட்டது. முன்பிருந்த அரசுப் பள்ளியில் ஏழை, பணக்காரர், அதிகாரி வீட்டுப் பிள்ளைகள் எல்லாம் படித்தனர். அரசுப் பள்ளிகள் சமூக சமத்துவத்தின் அடையாளமாக இருந்தன. ஏழைக் குடும்பத்தின் சிறந்த மாணவர்கள் படிக்க உதவும் கேந்திரிய வித்யாலயாக்கள் உருவாக்கப்பட்டன. அதில் அரசு அதிகாரிகளின் பிள்ளைகளே குறுக்கு வழியில் அதிக இடம் பிடித்தனர்.

1985ல் அரசு அதிகாரிகளின் பிள்ளைகள் மேலும் சிறப்பான கல்விபெற, ஜவஹர் நவோதயா வித்யாலயாக்கள் உருவாக்கப்பட்டன. இதன் அடுத்த கட்டமாகத் தனியார் பள்ளிகள் உருவாகின. அரசுப் பள்ளிகள் கேட்பாரற்றுப் போயின. ஏழைகள் மட்டுமே படிக்கும் தரம் தாழ்ந்த பள்ளிகளாயின. ஆசிரியர்களின் கவனமும் உழைப்பும் கேட் பாரின்றிப் போய்ச் சீரழிந்தது.

எனவே பரமானந்தர், தனியார் பள்ளிக்கு என்னை அனுப்புவது நல்ல கல்வி பெற உதவுமென்றார். நான் சன்ரைஸ் பப்ளிக் ஸ்கூல் என்ற தனியார் பள்ளியில் சேர்க்கப்பட்டேன். அதிக பாடச் சுமை, அதிக செலவு கூடியது. பள்ளி பல கிலோமீட்டர் தொலைவிலிருந்ததால், பள்ளி செல்ல வாகனச் செலவு மாதம் 60 ஆனது. எங்கள் குடும்ப வருமானம் 2500ல் கல்விச் செலவே பெரும் சுமையானது.

புதிய சீருடை ஷூ, புத்தகம் என ஆடம்பரக் காட்சிப் பொருளானது கல்வி. என் அண்ணனுக்குப் பொறாமை வளர்ந்தது. வெறும் ஹவாய் செருப்பு போட்டு அவன் நடக்க, நான் பளபளக்கும் ஷூ போட்டு ரிக்ஷாவில் போவதை யாரால்தான் பொறுத்துக்கொள்ள முடியும்?

சமத்துவமின்மை வீட்டில் வளர்க்கப்பட்டது. இந்த சமத்துவமின் மையும், பொறாமையும் சமூக உணர்வாக வளர்கிறது. ஆடம்பரம் ஒருபுறம், ஏழ்மை மறுபுறம். சமூகத்தை கல்வியே இரண்டாகப் பிளக்கிறது.

7

ஆணவம் வளர்த்தது கல்வி

சன்ரைஸ் பள்ளி ஒரு புதிய சமூக அடுக்கின் அடையாளமானது. நான் அரசுப் பள்ளியில் படித்தபோது ஏற்றத்தாழ்வுகளைப் பெரிதாக உணரவில்லை. அரசுப் பள்ளியில் சீருடை இல்லை. எல்லாம் அவரவர் ஆடையில் வந்தனர். சீருடை சமத்துவம் தரும் என்பதும் தவறானதுதான். உண்மையில் ஆடம்பரச் சீருடை வர்க்கப் பிரிவை உணர்த்துவதாகத் தனியார் பள்ளிகள் மாற்றுகின்றன.

எந்த உடை போட்டாலும், பள்ளியை விட்டுப் போகும் போது அது அழுக்காகிறது. சுத்தமாக இருக்க பல உடைகள் தேவை. என்னிடம் ஒரு சீருடையே இருந்தது. வெள்ளி, சனிக் கிழமைகளில் அது அழுக்கும், நாற்றமும் கொண்டதாகிவிடும். நானே என் குடும்பத்தில் தனியார் பள்ளிக்குச் செல்லும் முதல் பிள்ளை என்பதால், என் அம்மா இதை உணரவில்லை. பள்ளியில் நான் கேலி செய்யப்பட்டேன்.

அரசுப் பள்ளியில் புத்தகங்கள் தாய்மொழி இந்தியில் இருந்தன. அதனால் அம்மா சமையல் செய்வதுடன் எனக்குச் சொல்லித்தரவும் முடிந்தது. இப்போது எனது ஆங்கிலப் புத்தகங்கள் அம்மாவுக்குப் படிக்க முடியாதபடி அன்னியமாகிவிட்டன. என் டைரி, வீட்டுவேலை, யாவும் ஆங்கிலத்திலிருந்ததால் நான் வீட்டிலும் தனிமைப்பட்டேன். குடும்ப உறவுகள் விலகின. நானே அம்மாவிடம் உனக்கென்ன தெரியும்? நீ அரசுப் பள்ளியில் இந்தியில் படித்தவள் என்று இழிவு படுத்தினேன். என் அறிவுத் திமிரால் என் அண்ணன், சகோதரியிடமிருந்து விலகினேன். என் அறிவுப் பெருமை அவர்களுக்கு வெறுப் பூட்டியது.

அம்மா எனக்கு அதிக கவனம் செலுத்த வேண்டியிருந்தது. அப்பா எனக்கு அதிகம் செலவு செய்தார். நான் ஆணவக்காரனானேன்.

என் அம்மாவை அதிகாரம் செய்தேன். சகோதரரை கேலி செய்தேன். வகுப்பில் ஏழை பணக்காரன் வேறுபாடு. நான் தனிமைப் பட்டேன். சுத்தமான அழகிய ஆடை, ஷூ போட்டவர்கள் தனி உயர்தரமாகினர். பணக்காரர் வீட்டுக் குழந்தைகள் முழுக்கால் பேண்ட் போட்டனர். ஏழைகள் அரை டிராயர் போட்டனர். நான் பத்தாம் வகுப்பு வந்த பின்னரே பேண்ட் போட்டேன். அரசுப் பள்ளியில் சீருடை அரசாலேயே தரப்பட்டது. தனியார் பள்ளியில் ஒவ்வொன்றும் ஏழை பணக்காரன் வேற்றுமையை வளர்ப்பதாகவே இருந்தன.

சிலர் அழகான கழுத்துப்பட்டை அணிந்து வந்தனர். அது அதிக விலையுள்ளது. குளிருக்கு இதமான அதைப் பெற முடியாத நான் என் அம்மா பின்னித்தந்த கம்பளிக் குல்லாயை அணிந்து சென்றேன். பணக்காரப் பையன்கள் அதைத் தட்டிவிட்டு கேலி செய்தனர். நான் மிகவும் கேவலப்பட்டேன். அரசுப் பள்ளியில் முதல் நிலையிலிருந்த நான் கீழே தள்ளப்பட்டது அவமானமானது. ஒரு ஏழை சந்திக்க வேண்டிய அவமானங்கள், கேலிகள் யாவற்றையும் தனியார் பள்ளியில் சந்திக்க நேர்ந்தது.

மற்றொரு பெரிய வேறுபாடு பணக்காரப் பிள்ளைகள் காரிலும், ஸ்கூட்டரிலும் வந்திறங்கினர். ரிக்ஷாவில் வந்தவர்கள் கேவலமாகப் பார்க்கப்பட்டனர். நான் என் கிராமம், என் பகுதி பற்றிய உண்மையைத் தெரிந்துகொள்ளத் துவங்கினேன். குடிசை வீட்டில் வாழ்பவர்கள், மாடி வீட்டில் வாழ்பவர்கள் என இருவேறு தரங்கள் தெரியத் துவங்கின. ஏற்றத்தாழ்வு, வேற்றுமைகள், ஒதுக்கல், தனிமைப்படல் என்பன மெல்லப் பழக்கமாகின.

என் குடும்பத்தின் வறுமையை நான் உணர்ந்தேன். என் தன்னம்பிக்கையை இழக்கச் செய்ய நிறைய நடந்தன. பள்ளியில் சேர்ந்த இரண்டாம் நாள் எனது ஆங்கில ஆசிரியர் என்னை எழுந்து 'இளவரசன்' பாடத்தைப் படிக்கச் சொன்னார். நான் தட்டுத் தடுமாறிப் படித்தேன். ஆசிரியர் என்னை கேலி செய்து கன்னத்தில் அறைந்தார். நான் அவமானப்பட்டு நின்றேன்.

புதிய பள்ளியின் பண்பாட்டு ஏற்றத்தாழ்வு, எனக்கு மற்றொரு பெரும் அவமானமாக இருந்தது. அரசுப் பள்ளியில் நான் தயக்கமின்றிப் உரக்கப்படிப்பேன், பாடுவேன். இப்போது உரக்கப் பேசவே வெட்கப் பட்டேன். கலைத்திறன் வகுப்பில் பாடக் கூப்பிட்டார்கள். நான் உற்சாகமாக எழுந்து "சாரே ஜஹான் சே அச்சா"

என்ற தேசபக்திப் பாடலைப் பாடினேன். எல்லோரும் சிரித்தார்கள். ஆசிரியை என்னைத் தலையில் தட்டி உட்கார வைத்தார். பின் ஒருமுறை பாடச் சொன்ன போது நான் ஒரு சினிமாப் பாடலைப் பாடினேன். எல்லோரும் கைதட்டினார்கள். சினிமாப் பாட்டைப் பாடக் கூடாது என்று நான் நினைத்தது தவறு என்று புரிந்து கொண்டேன். அதே போல நான் ஒரு நாட்டுப்புறப் பாடலைப் பாடிய போது யாரும் பெரிதாக ரசிக்கவில்லை. இவர்கள் ரசனை என்ன என்பதை என்னால் புரிந்துகொள்ள முடியவில்லை.

என் குறைகளைச் சரி செய்துகொள்ள ஒரு ஆண்டுக்கு மேலானது. எனது குல்லாயும், அரைக் கால்சட்டையும் மாறவில்லை. என் படிப்பில் படிப்படியான முன்னேற்றம் ஏற்பட்டது. முதலாண்டு மிகவும் சிரமப்பட்டேன். முதல் ஆண்டு விழாவில் என்னை நாடகம், பாட்டு, பேச்சு என எதிலும் தேர்வு செய்யவில்லை.

ஆனால் படிப்பில் பெரிய சாதனை செய்ய முடியவில்லை என்பது வேதனையாக இருந்தது. ஆண்டு இறுதியில் தேர்வு முடிவு நாள். அப்போது புத்தகப் பை எதையும் எடுத்துச் செல்ல வேண்டியதில்லை. முடிவு வெளியிடப்பட்டபோது எனக்குப் பெரும் ஏமாற்றமாக இருந்தது. முதல் மூன்று இடங்களில் வருவேன் என எதிர்பார்த்தேன். ஆனால் ஐந்தாவது இடத்தைத்தான் பிடிக்க முடிந்தது.

காலை பள்ளிக்குப் புறப்படும் போது ஒரு சின்ன சண்டை. குளிக்காமல் புறப்பட்டதைக் கண்டு அம்மா கோபித்தார். துவைத்த சீருடையை ஒழுங்காகப் போட வேண்டுமென்பதில் அம்மா மிகவும் கண்டிப்பாக இருப்பார். சலவைக்கு விலையுயர்ந்த சோப்பு, உஜாலா சொட்டுநீலமெல்லாம் போட வசதி இல்லை. அம்மா நீலப் பொடியைக் கலக்கியே பயன்படுத்துவார். சற்று ஏமாந்தாலும் திட்டுத் திட்டாக நீலம் பிடித்து அசிங்கமாகி விடும். அம்மா மிகுந்த கவனத்துடன் துவைத்துத் தருவார்.

குளிக்காமல் புறப்பட்டேன். ரிக்ஷாகார அண்ணா தாமத மாகிறது வா என்று மணியடித்தார். நான் அவசரமாக ஓடினேன். அம்மா திட்டிக் கொண்டு பின்னால் வந்தார்.

நான் தேர்வு முடிவுடன் வீடு திரும்பினேன். அம்மா "என்னடா ஆச்சு?" என்று கேட்டார். எப்படிச் சொல்வது என்று தயங்கினேன். எப்படியானாலும் வீடுதான் முதல் பள்ளி, அம்மாதான் முதல் ஆசிரியர். அம்மா எத்தனை கஷ்டங்களை ஏற்றுக்கொண்டு குடும்பத்தை கவனித்துக் கொண்டு, குழந்தைகளை வளர்க்கிறார். அவர் கல்வியின் முக்கியத்துவத்தை நன்கு உணர்ந்தவர். "முன்பு நீ அரசு பள்ளியில்

படித்தாய். நீ என்ன படிக்கிறாய், எப்படிப் படிக்கிறாய் என்பதை என்னால் கவனிக்க முடிந்தது. இனி நீதான் உன்னை கவனித்துக்கொள்ள வேண்டும்" என்றார் கோபமாக. இது எனக்கு ஒரு பெரும் பாடமாக இருந்தது.

அப்பா கோடர்மா சென்று கட்டிடத்திற்கான கற்களை வாங்கி வந்து விற்பார். எனவே பல நாட்கள் வெளியூரிலிருப்பார். அடுத்த ஆண்டுகளில் நான் கவனமுடன் படித்தேன். ஒருமுறை தேர்வு முடிவை அறிய, அப்பா என்னைப் பள்ளிக்கு ஒரு பைக்கில் அழைத்துச் சென்றார்.

பள்ளி முதல்வர் ராம்குமார்ஜி அறையுள் நுழைந்தோம். அவர் சிரித்தபடி வரவேற்று என் அப்பாவை உட்காரச் சொன்னார். அப்பா முந்திய இரண்டு மாதங்களுக்கான கட்டணம் கட்டத் தாமதமாகி விட்டது என்று மன்னிப்புக் கேட்டபடி பணத்தை எடுத்து வைத்தார். முதல்வரே ரசீது போட்டுத் தந்தார்.

பின் அப்பா என் தேர்வு முடிவு பற்றிக் கேட்டார். முதல்வர் சிரித்தபடி, "இவன்தான் வகுப்பில் முதன்மை" என்றார். என் அப்பாவுக்குப் பெருமையாக இருந்தது.

நான் அந்த ஆண்டு விழாவில் அனைத்துப் போட்டிகளிலும் பங்கேற்றுப் பல பரிசுகளைப் பெற்றேன். நாம் நம்முடனேயே போட்டி போட்டுக் கொள்ள வேண்டும். என் தன்னம்பிக்கை வளர்ந்தது. எனது ஆங்கிலத் திறனும் வளர்ந்தது. ராமனாத்ஜி எனது சன்ரைஸ் பள்ளியின் தேவைக்கேற்பச் சொல்லித்தர நேரம் கிடைக்காது போனதால், வேறு ஒரு ஆசிரியரை சிறப்பு வகுப்பு எடுக்க ஏற்பாடு செய்து தந்தார். படிப்படியாக என் கல்வித்தரம் உயர்ந்தது.

8
பொருந்தாக் கல்வி

நான் ஜவஹர் நவோதயா வித்யாலயாவில் சேர நுழைவுத் தேர்வு எழுத விண்ணப்பத்தை எழுதும் போதுதான் எனக்குத் தெரிந்தது. தனியார் பள்ளியில் படித்த நான் அதை எழுத முடியாது என்பது. அரசுப்பள்ளி மாணவர்கள் மட்டுமே நவோதயா பள்ளி செல்ல முடியும். நல்லவேளை நான் சன்ரைஸ் பள்ளியில் படித்தபோதும், என் பெயர் அரசுப் பள்ளியிலும் இருந்தது. முதல்வர் ஊர்வசி என் பெயரை பரிந்துரை செய்வதன் மூலம், தனது அரசுப்பள்ளி மாணவர் ஒருவர் நவோதயா பள்ளியில் இடம் கிடைத்த பெருமை கிடைக்கும் என்று நினைத்தார். துரதிருஷ்டவசமாக மாநில அரசு எல்லாப் பள்ளி முதல்வர்களையும் இடம் மாற்றம் செய்துவிட்டது. புதிதாக வந்த முதல்வர் மிகக் கடுமையானவர். அவர் எந்த விதியையும் மீற அனுமதிக்கவில்லை.

படிவத்தைப் பூர்த்தி செய்து, தேர்வு எழுத அனுமதி பெறமுடிய வில்லை என்பது எனது வாழ்க்கையில் பலமுறை நடந்துள்ளன. கப்பல் பணிக்கு விண்ணப்பித்தேன், தேர்வு எழுத முடியவில்லை. பின் மத்திய அரசுபணி தேர்வாணயம் (யு.பி.எஸ்.சி.) விண்ணப்பம் போட்டும், தேர்வு எழுத முடியாமல் போனது. இப்படிப் பலமுறை நிகழ்ந்தன.

ஜவஹர் வித்யாலயா கனவு சிதைந்தது. இதனால் அப்பா மிகவும் வேதனைப்பட்டார். பெருமைக்குரிய பள்ளியில் தன் பிள்ளை படிக்க அவர் மிகவும் ஆசைப்பட்டார். சன்ரைஸ் அதிகச் செலவு பிடிக்கும் பள்ளி என்பதால் அதை நிரந்தரமாகக் கொள்ள நினைக்கவில்லை. என் படிப்பு சிறப்பாக இருக்க வேண்டுமென்ற ஆசையில் பல பள்ளிகள்

பற்றியும் கேட்டறிந்தார். ஆனால் எதுவும் பயன்தரவில்லை. கேந்திரிய வித்யாலயா எட்டாக் கனவானது.

நான் பழையபடி சன்ரைசிலேயே படித்தேன். அப்பாவுக்குத் தாங்க முடியாத செலவு. ஒவ்வொரு செலவாகக் குறைத்தோம். முதலில் ரிக்ஷா பயணம் நின்றது. பின் ஆங்கில சிறப்புப் பயிற்சி வகுப்பு நின்றது. திரும்பவும் அரசுப் பள்ளிக்கே திரும்பும் நிலை ஏற்பட்டது. இதனிடையே ஏழாவது தேறினேன். பல சிரமங்களிடையே படிப்பு தொடர்ந்தது. எதிர்காலம் எப்படி இருக்குமோ என்ற ஏக்கம் எப்போதும் இருந்தது.

ஜாதி, மதம், ஏழை பணக்காரன் என அனைத்து சமூக பேதங்கள் பற்றியும் ஆழச் சிந்திக்கத் துவங்கினேன். ஒருவனின் திறமை, தகுதி யாவும் இரண்டாம் பட்சத் தேவையாகவே உள்ளன. வாய்ப்புகள் கிடைத்தவர் முன்னேறுகின்றனர். வாய்ப்பு கிடைக்காதவர் திறமையிருந்தும் பின்தங்கி நிற்கின்றனர். என்னைவிடத் தகுதி குறைந்தவர்கள் கூட முன்னேறி மேலே செல்வதைப் பார்க்கிறேன். இதற்குக் காரணம் பண பலமே. பணத்தின் முன் திறமை எதுவும் பயன்படுவதில்லை.

என் நண்பன் ஒருவன் நல்ல புத்திசாலி. அவனது கையெழுத்து அழகாக இருக்கும். நன்கு படிப்பான். நிறைய மதிப்பெண் பெறுவான். இப்போது அவன் நகரத்தின் ஒரு ஓரத்தில் பஞ்சர் ஒட்டிக் கொண்டுள்ளான். அவன் திறமை என்ன ஆனது? ஏன் இந்த நிலை? ஆம் அவன் ஒரு ஏழை, ஒரு தலித். அவனுக்கான வாய்ப்புகள் சமூகத்தில் மிகவும் குறைவே. அவனது அப்பா ஒரு பஸ் கண்டக்டர். அவரும் ஒரு விபத்தில் இறந்து போனார். பின் அவன் வேலை செய்துதான் குடும்பம் வாழ முடியும் என்றநிலை. அவன் படிப்பைத் தொடர்வது எப்படி? சிறப்பான தகுதி இருந்தும் அவனது வாழ்க்கை மோசமாக முடிந்து போனது.

கல்வி வாழ்க்கைக்குப் பொருந்தாததாக, நம்பிக்கை தராததாக உள்ளது. உண்மை இளவரசன் என்ற கதை என் பாடப்புத்தகத்தில் இருந்தது. அதனால் வாழ்க்கை எவ்விதப் பலனுமில்லை. அது ஒரு ஆணவ இளவரசன் தன்னை மிஞ்சியவர் எவரும் இல்லை என்ற எண்ணம் கொண்டவன் கதை.

ஒருநாள் இளவரசியின் தேர் நடுவில் நின்றுவிடுகிறது. அவள் தன் பயணத்தைத் தொடர முடியாமல் நடுவில் நிற்கிறாள். ஒரு இளவரசன் அவளுக்கு ஏழு மெத்தைகள் விரித்து மென்மையாகத் தூங்க வசதிகள் செய்து தருகிறான். மறுநாள் காலை மிகுந்த ஆவலுடன் அவள் வசதியாகத் தூங்கினாளா எனக் கேட்கிறான். அவளோ படுக்கை சரியில்லை தூங்க முடியவில்லை என்கிறாள். இளவரசன் தான் விரித்த மென்மையான மெத்தை முழுதும் தேடுகிறான். நடுவில் சிக்கியிருந்த ஒரு கடலை

உறுத்தியதால் அவள் தூங்க முடியாமல் அவதிப்பட்டதைக் காண்கிறான். அவன் இளவரசியைக் கவர விரித்த ஏழு மெத்தையையும் ஒரு சிறு கடலை பயனற்றதாக்கிவிட்டது. எனவே ஒரு சிறு கடலை தன்னைத் தோற்கடித்து விட்டதை எண்ணி வருந்தினான்.

இந்தக் கதை வாழ்வுக்கு என்ன பயன் தரும்? ஒரு கோப்பையில் இருவர் தேநீர் அருந்த முடியாது. அவரவருக்கான கோப்பையிலேயே ஒவ்வொருவரும் அருந்த முடியும். கிடைத்ததைக் கொண்டு மனநிறைவு பெறக் கற்க வேண்டும். எனக்குப் பள்ளி செல்லக் காரில்லை, பேண்ட் இல்லை, பணமில்லை நல்ல ஆங்கிலம் இல்லை என்று கவலைப்பட்டு ஓய்ந்துவிட்டால் எப்படி வெற்றி பெற முடியும்?

என் வீட்டில் கழிப்பறை இல்லை. குளியலறை இல்லை. காட்டுக் குத்தான் போக வேண்டும். கிணற்றடியில்தான் குளிக்க வேண்டும். என் அம்மா துவைத்த ஆடையை நானே சுத்தமாக மடித்து அணிய வேண்டும். நேற்றைய மிச்சமான பழைய சோறுதான் காலை உணவு. என் வாழ்வு புற உலகுக்கு முற்றிலும் மாறானது. இதனைக் கொண்டு தான் நான் வாழ்ந்து முன்னேற வேண்டும். இதில் என் பாடப் புத்தகப் பாடம் என்ன புதிய வாழ்வு முறையைக் கற்பிக்கிறது?

நான் பாடத் திட்டம், பாடப்புத்தகம் தாண்டி வாழ்வு உள்ளதை அறிந்தேன். வெளியே படிக்க நிறைய உள்ளது. திறந்த உலகமே பெரிய பாடப்புத்தகம். நான் பிற புத்தகங்களைத் தேடி நூலகம் போனேன். பிரேம்சந்த் எனது பிடித்தமான கதையாளரானார். ஊரின் கலை நிகழ்ச்சிகளில் ஈடுபாடு கொண்டேன். அரசியல் என்னை ஈர்த்தது. இந்திய மக்கள் நாடக இயக்கம் நடத்திய பயிற்சிகளில் கலந்து கொண்டேன். பாடவும், நடிக்கவும் பயிற்சி பெற்றேன். இதுவே என் கூச்சத்தைப் போக்கி மக்களிடம் செல்ல என்னைப் பயிற்றுவித்தது.

ஊழலில் நாடே பாதிக்கப்படுவதைக் கண்டு நொந்தேன். அரசின் நலவாழ்வுத் திட்டங்கள் கூட மக்களுக்குப் பயன் தராது போயின. ரேஷன் கடை ஏழைகளுக்கு உதவுவதற்கு பதில் ஏழைகள் பங்கைக் கொள்ளையிடுவதானது. பொங்கல் சர்க்கரை எங்கோ போனது. தீபாவளி எண்ணெய் மாயமானது. அரிசி, பருப்பு யாருக்கோ போனது? எங்கு போனது. அதிகாரிகளே சொல்லுங்கள் என்று சுவற்றில் எழுதினோம். மக்களுக்கு தர வேண்டிய உணவுப் பொருட்களை பெருச்சாளிகள் தின்கின்றன என்று தெருக்களில் பாடினோம்.

அது பிஜேபி தலைதூக்கத் துவங்கிய காலம். 1996 தேர்தலில் அவர்கள் நிறைய இடங்களில் வென்றனர். பணம் அவர்களுக்குத்

துணை நின்றது. காங்கிரஸ் ஊழலால் ஒதுக்கப்பட்டது. கம்யூனிஸ்ட் கட்சிக்குப் பணமில்லை. பிஜேபி பணம், பொருட்கள் என அள்ளி வீசியது.

இந்திய கம்யூனிஸ்ட் கட்சி சுவர் எழுத்துக்களை நம்பியது. காங்கிரஸ் சுவரொட்டி போட்டது. பிஜேபி காசை வீசியது. இந்திரா காந்தி ஊழல்வாதி என்று ஊரெல்லாம் முழங்கினர். 1998-ல் மத்தியில் ஐக்கிய முன்னணி ஆட்சியி லிருந்தது. அன்றைய உள்துறை அமைச்சர், தோழர் சந்திரசேகரின் வீட்டைக் காண ஹெலிகாப்டரில் வந்தார். அதுதான் முதன் முதலில் எங்கள் ஊருக்கு ஹெலிகாப்டர் வருவது. ஊரே திரண்டு வானைப் பார்த்து வாயைத் திறந்து நின்றது.

பெரிய ஊர்வலங்கள், பிரச்சாரங்கள் நடந்தன. சுஷ்மா சுவாராஜும், நடிகர் சத்ருகன் சின்ஹாவும் பிஜேபிக்கு பிரச்சாரம் செய்ய வந்தனர். வாக்கெடுப்பு நாள் திருவிழா போல நடந்தது. மக்கள் புத்தாடை உடுத்தி வரிசையில் நின்றனர். அப்பாவுடன் நானும் ஓட்டுப் போடுமிடத்திற்குப் போனேன். ஆனால் சிறுவன் என்பதால் வெளியே நிறுத்தப்பட்டேன். தேர்தல் வன்முறைகள் சில இடங்களில் நடந்தன. துப்பாக்கிச் சூடுகூடச் சில இடங்களில் நடந்தது.

9
ஏற்றத்தாழ்வுகள் உலகத்தின் நீதி

முதல் முறையாக மதம் பற்றிய உணர்வு பெற்றேன். என் நண்பன் ஒருவன் நான் முஸ்லீம் என்றான். அப்போது நான் யார் என்ற கேள்வி எனக்குள் முதல்முறையாக எழுந்தது. நான் இந்து என்று சொல்லப் பட்டேன். அவன் ஒருவனே எங்கள் வகுப்பிலிருந்த ஒரே முஸ்லீம். அவன் நன்கு உதை பந்தாடுவான். கிரிகெட், டென்னிஸ் பிரபல மாகியிருந்தது. மேலும் வாலிபால், கபடி போன்ற விளையாட்டுகளும் இருந்தன. அவன் பந்தை வான உச்சி எட்டுமளவு உதைப்பான். அவன் மாமிசம் உண்பதால் வலிமை பெற்றுள்ளான் என்று நண்பர்கள் கூறுவார்கள். நாங்கள் மாமிசம் சாப்பிடுவோம். எல்லோரும் இறைச்சி சாப்பிட்டால் எல்லோருமே பலம் பெறலாமே என்று நினைப்பேன்.

அடுத்து நான் சந்தித்த முஸ்லீம் என்னை சன்ரைஸ் பள்ளிக்கு அழைத்துச் சென்ற ரிக்ஷாக்காரர் முகமது காசிம். பொதுவாகத் தாடி வைத்து, தொப்பி போட்டவரெல்லாம் முஸ்லீம் என்று எண்ணினேன். பின் முஸ்லீம்கள் ரிக்ஷா இழுப்பவர்கள் என்று எண்ணினேன்.

கோடைகாலத்தில் பள்ளி காலை நேரத்தில் துவங்கி மதியமே முடிந்துவிடும். வெள்ளிக் கிழமைகளில் மட்டும் என் ரிக்ஷா தாமதமாக வரும். பின் தெரிந்தது முஸ்லீம்கள் வெள்ளிக்கிழமை மதியம் தொழுகை நடத்துவார்கள் என்பது. பெரும்பாலான இந்துக்கள் முஸ்லீம்கள் போல இறைச்சி உண்ணுவதில்லை என்பதும் தெரிந்தது. நாம் கோவிலுக்குப் போவது போல அவர்கள் மசூதிக்குத் தொழுகை நடத்தப் போவார்கள். அவர்களது பெயர்கள் முற்றாக மாறுபட்டதாக இருக்கும் என்பதும் தெரிந்தது. இப்படி மூன்று முக்கிய வேறுபாடுகள் தெரிந்தது.

அப்பாவின் நண்பர் முகமத் ஜலாவுதீன் வசதி வாய்ந்தவர், படித்தவர். முஸ்லீம்களில் இப்படிப் படித்த பணக்காரர்களும் உள்ளனர். அவர் சௌதி அரேபியாவில் வசித்தவர். விலையுயர்ந்த கைக்கடிக்காரம், வெளிநாட்டு சாக்லெட் போன்றவை அவரது வீட்டில் சாதாரணமாக இருக்கும். ஜலாவுதீன் வீட்டிற்குப் போனால் அவர் அவற்றை எங்களுக்குத் தருவார்.

அவர் எங்களைப் பார்க்க வந்தபோது, அவரை வீட்டுக்கு வரச்சொல்லி விருந்து கொடுத்தோம். இறைச்சியும், மீனும் சமைத் திருந்தோம். என் பாட்டி ஒரு முஸ்லீமை அழைத்து வீட்டில் விருந்து தருவது மதத்திற்கு எதிரானது என்று கருதினார். எங்கள் வீட்டில் பூஜையறை இல்லை. ஆனால் சாதாரண நாட்காட்டிக் கடவுள் படங்கள் மாட்டப்பட்ட சுவரே வணக்கத்திற்குரியதாகும். இஸ்லாமியர் வருகையால் புனிதம் கெட்டது என்று அவர் கருதிய போதும், நாங்கள் ஜலாவுதீனை அழைக்கத் தவறியதில்லை. நாங்கள் பாட்னா செல்லும் போது அவரது குடும்பத்தினரைச் சந்தித்து வீட்டுக்குச் செல்வதுண்டு.

ஜாதி பற்றியும், மதம் பற்றியுமான தெளிவு, நாட்பட நாட்பட அனுபவத்தால் உண்டானது. இதை எந்தப் பள்ளியும் தமக்குக் கற்றுத் தராது. வண்ணங்கள் மூலம் நான் ஜாதியை அறியத் துவங்கினேன். பளிச்சென ஒளிரும் வண்ணங்களை சூத்திர நிறம் என்பார்கள். இதே வார்த்தையை சூத்திரர்களும் பயன்படுத்தினர். இது நமது பண் பாட்டுடன் தொடர்புடையது என்பதை உணர்ந்தேன். எங்கள் வீட்டுக் கூரை அடர் சிவப்பு ஓடு வேய்ந்தது. நான் தில்லி வந்தபோது தில்லி வாசிகள் மழையில் நனைந்து நடனமாடியது காண வியப்பூட்டியது. எங்கள் ஊரில் மழை பெய்தால் கஷ்டம்தான்.

பள்ளிக்குச் செல்ல வயல்வெளிகளின் குறுக்கே செல்வோம். ஆனால் மழைக்காலத்தில் அந்த வழி சேறுபடிந்ததாக இருக்கும். விறகு நனைந்து விடும். அடுப்பெரிக்க முடியாது. வீடு முழுதும் புகை சூழ்ந்து விடும். ஒழுகும் கூரை கொண்ட எங்கள் வீட்டில் மழைக் காலத்தில் படுக்கக்கூட இடமிருக்காது. எனவே நாங்கள் மழைக் காலத்தை விரும்பு வதில்லை. ஒவ்வொரு ஆண்டும் ஓடுகளை மாற்ற நேரிடும்.

எங்கள் வீட்டுக் கூரையைச் சீர்செய்ய பட்டோரான்ஜி எனும் பெரியவர் வருவார். அவர் என் தாத்தாவின் நண்பர். அவர் வந்தால் நான் அவருக்கு நாற்காலி போட்டு அமரச் செய்வேன். அவர் அறுவடை காலத்தில் வயல் வேலைக்குப் போவார். சில சமயம் ரிக்ஷா இழுப்பார். மழைக் காலத்தில் கூரை சீர் செய்வார். இப்படி கிடைத்த வேலையைச் செய்வார்.

எங்களுக்கு சிறு துண்டு நிலம், தாத்தாவின் மரணத்தின் பின் கிடைத்தது. பட்டோரான்ஜி தான் நிலத்தை கவனித்துக் கொண்டார். அவர் எங்களை ரிக்‌ஷாவில் மருத்துவமனைக்கு அழைத்துச் செல்வதும் உண்டு. தாத்தாவின் மரணத்தின் பின் அவர் ஆண்டுக்கொரு முறை கூரையைச் சீர்படுத்த வருவார்.

பட்டோரான்ஜி வரும்போது, அம்மா தேநீர் கொடுத்து உபசரிப்பார். அவரது தேநீர் கோப்பையை எங்களது கோப்பையுடன் வைத்தால் அம்மா கோபித்துக் கொள்வார். நான் அவருக்கு நாற்காலி போட்டாலும், அவர் தரையிலேயே அமர்வார். குழந்தைகள் கூட அவரை சாதாரணமாகவே அழைப்பர். ஆனால் அவர் அனைவரையும் மரியாதையுடன் அழைப்பார். பண்டிகை சமயத்தில் அவருக்குக் கடைசியாகவே உணவு வழங்கப்படும். அவர் தங்கள் தட்டைத் தாமே கழுவி வைப்பார். அவர் சாப்பிட்ட தட்டை வேறு யாரும் பயன்படுத்த மாட்டார்கள்.

இந்த வேறுபாடு எனக்கு வருத்தத்தைத் தந்தது. என் உறவினர் யாரும் தட்டைக் கழுவாதபோது, அவரை மட்டும் தட்டைக் கழுவச் செய்வது என்ன நியாயம்? இதற்கு நான் அவர்மீது கொண்ட அன்புதான் காரணமே தவிர, வேறு எந்த லட்சியமும் இல்லை. அவருடைய பேரனுடன் விளையாடுவேன், தொலைக்காட்சி பார்ப்பேன்.

எங்கள் ஊரில் தோழர் சந்திரசேகர் நூலகம் என்று ஒன்று உண்டு. இங்கு அனைவரும் வந்து படிப்போம், கேரம் விளையாடுவோம். தொலைக்காட்சிப் பெட்டியைச் சுற்றி கிராம மக்கள் கூட்டம் இருக்கும். ஜாதிக்கேற்றபடி டீவி பார்க்க முன்னும் பின்னும் இடம் இருக்கும். சிலர் வீடுகளில் மட்டுமே கருப்பு வெள்ளை டீவி இருக்கும். டீவி, டெலிபோன், கார், பைக் என்பன கௌரவ அடையாளங்களாகும்.

டீவி பார்க்க அனுமதிப்பதிலும், ஜாதி, பொருளாதாரம், கௌரவம் பிரதிபலிக்கும். டீவி வைத்திருக்கும் பணக்காரக் குடும்பத்தினர் எங்களிடம் நட்பாக இருக்க மாட்டார்கள். நான் ஏழைச் சிறுவர்களுடன் கதவைப் பிடித்தபடி நின்றுகொண்டுதான் பார்க்க முடியும். ஏழைகள், தலித்துகள், பிற்படுத்தப்பட்டோர் சமூக ஒதுக்கலுக்கு உட்பட்டவர்களே. நாங்கள் தாழ்த்தப்பட்டோரில்லை என்றாலும் ஏழைகள், எனவே தலித்துகள் போலவே நாங்களும் நடத்தப்படுவோம்.

10

உலகம் மாறுகிறது

2000-ல் தான் முதன் முதலாக செல்போனைப் பார்த்தேன். எங்கள் கிராமத்தில் ஒரு திருமணத்திற்கு தில்லியிலிருந்து ஒரு இன்ஜினியர் வந்திருந்தார். அவர் கையில் ஒரு செல்போன் இருந்தது. மணமகளை விட அவரது செல்போனைப் பார்க்கவே கிராமத்துக் கூட்டம் சுற்றிச் சுற்றி வந்தது.

கம்யூனிஸ்ட் கட்சியின் தாக்கத்தால் எங்கள் கிராமம் முற்போக்குச் சிந்தனை கொண்டதாக மாறியிருந்தது. கிராம இளைஞர்கள் விளையாட்டு, உடல் நலம் பற்றி அதிக அக்கறை கொண்டிருந்தனர். நூலகத்தில் எப்போதும் வாசிப்போர் கூட்டம் இருந்தது. கிராமத்தின் பழமைவாதம் கேள்விக்குள்ளானது. முற்போக்கு இளைஞர்கள் ஜாதி மறுப்பு எண்ணம் கொண்டவர்களாகக் கலப்புமணம், விதவை மணம் போன்றவற்றை ஏற்க முன் வந்தனர். மூடநம்பிக்கைகள், அறிவியல் பார்வை எதிர்கொள்ளப்பட்டன. ஜாதி வேறுபாடுகள், தீண்டாமையை எதிர்த்தனர். என் அப்பாவின் சகோதரி ஒரு தலித்தைத் திருமணம் செய்து கொள்ளுமளவு மனமாற்றங்கள் உண்டானது. ஜாதி வெறிக் கொலைகள் எங்கள் கிராமத்தில் இல்லை. இவற்றிற்குக் கம்யூனிச சிந்தனை வளர்ச்சியே காரணம்.

உலகமயத்தின் அசுர அலைகள் இடதுசாரி இயக்கங்களைச் சிதைத்தது. கடந்த காலத்தின் தொன்மை மரபுச் சின்னங்கள் தகர்ந்தன. பழைய தொழிற்சாலைகள் மூடப்பட்டன. தொழிற்சங்கங்கள் வலு விழந்து நொறுங்கின. கட்சியின் கிராம அமைப்புகள் செயலற்றுப் போயின. புதிய அரசியல் உருவானது. பணமும், வலிமையும் முதன்மை

பெற்றன. இந்தச் சாக்கடை ஓட்டத்தில் இந்திய கம்யூனிஸ்ட் கட்சி ஓரம் கட்டப்பட்டது.

தனியார் பள்ளிகள், கல்லூரிகள் புற்றீசல் போல எழுந்தன. ஒரே பள்ளிப் படிப்புக்குப் பல்வேறு வகையான பாடத்திட்டங்கள் புகுத்தப் பட்டன. புதிய புதிய பள்ளிகள், கல்லூரிகள் சந்தைச் சரக்காக வந்து குவிந்தன. ஆனால் மறுபுறம் பழைய கட்டிடத்தில், மரத்தடியில், ஓட்டைக் கொட்டகைகளில் அரசுப் பள்ளிகள் தொடர்ந்தன. பண வசதிக்கேற்ப பல்வேறு வகைப் பள்ளிகள் உருவாகின. பள்ளிக் கூடங்களின் நூற்றுக்கணக்கான பேருந்துகள், தூரத்து கிராமங் களிலிருந்தும் குழந்தைகளை அள்ளி வந்தன. பள்ளிக் கட்டிடங்கள் பல்கலைக் கழகங் களை விழுங்குவதாக பெரிது பெரிதாக உருவாகின.

தினசரி வாழ்வுகூட மாறிப் போனது. சமையல் எரிவாயு, ஸ்கூட்டர், கார் போன்றவற்றைப் பெறக் காத்திருந்த காலம் போய் சாலை யோரங்களில் கூவிக் கூவி விற்கப்படுகின்றன. தையல்காரர் தைத்த சட்டை போய் ரெடிமேட் டீ சர்ட், பர்முடாஸ், பிராண்டட் ஷூ என மக்களின் ஆசைகள் வளர்க்கப்பட்டன. தலைமுறை இடைவெளி மலையும் மடுவுமானது.

இந்த மாற்றங்கள் ஏன் என்பது பின் நான் சமூகவியல் படிக்கும் போது தெளிவானது. பழையன கழிவதும் புதிய புகுதலும் இயற்கை என்பது புரிந்தது. திரைப்படங்களில் இளையோர் காதல் கொள்வது, வேறு வேறு ஜாதியினர் காதலிப்பது என்பன முன்னர் எளிதில் காண முடியாதனவாக இருந்தன. இப்போது நிகழ்கிறது.

மாற்றம் என்பது சிக்கலானது. ஒருபுறம் பொருட்கள் நுகர்வுப் பயன்பாடு பெருக, மறுபுறம் விழிப்புணர்வும் அதிகரித்துள்ளது. ஆனால் இயல்பு வாழ்க்கை சீரழிந்து வருகிறது. இளைஞர்களுக்கு நிறையக் கனவுகள், ஆனால் வேலை வாய்ப்புகள் குறைவு.

ஆசிரியர் வேலைகூட நிரந்தரமானதாக இல்லை. நிரந்தர வேலை என்பது கடந்தகால நிகழ்வாகிப் போனது. ராணுவத்திற்குப் போகலாம். அதிலும் ஊழல். போலிகளுக்கு 2, 3 ரூபாய் லட்சம் லஞ்சம் தந்து பொய்த் தேர்வு பெற முடிகிறது. வேலையின்மை குற்றங்களை அதிகரிக்கச் செய்துள்ளது. கிராமங்களின் அமைதி குலைந்து போய் வன்முறைக் களங்களாகி வருகின்றன. நிலத்திற்கான சண்டை, கொலை, வழக்குகள் மலிந்து விட்டன. திடீரெனத் துப்பாக்கி சத்தம் கேட்கிறது.

நாட்டின் படிப்பு, தொழில் வளர்ச்சி, அறிவுத் தொழில்கள் அதிகரித்த போதும், ஜனநாயகம் தழைத்த போதும், பழைய நிலப் பிரபுத்துவ உணர்வு பெருகி வருவது ஏன்? நாம் பழைய நிலப்பிரபுத்துவ சமூகத்தை முழுமையாகக் கைவிடவில்லை.

காங்கிரஸ் அரசியலில் வன்முறைக் கலாச்சாரத்தைப் புகுத்திவிட்டது. முன்னர் நல்லவர்கள், நடுநிலையாளர்கள், நியாயவான்கள் கிராமப் பஞ்சாயத்தின் தலைவர்களானார்கள். படித்தவர்களைப் புறந்தள்ளி துப்பாக்கி தூக்கிய குண்டர்கள் அரசியல் தலைவர்களாகின்றனர். எண்ணற்ற கொலைகள், மோதல்கள் தினமும் கிராமங்களில் நடக்கின்றன. குடிப்பதை சமூக அவமானம் என்று கருதிய சமூகம் மாறி, மது கிராமங்களில் குடும்ப வாழ்வை அழிக்கும் முதல் எதிரியாகிவிட்டது. அப்பா என்னை இவையற்ற வகையில் வளர்க்க நினைத்தார். எனது மாமா ஒருவர் தனியார் பள்ளிக்கு நிகரான ஒரு அரசுப் பள்ளியின் ஆசிரியராக இருந்தார். எங்கள் ஊரிலிருந்து சில கிலோ மீட்டர் தொலைவிலுள்ள அப்பள்ளியில் சேர்க்க அப்பா முடிவு செய்தார்.

நான் மீண்டும் ஒரு அரசுப் பள்ளியில் சேர்க்கப்பட்டேன். பள்ளிக்கு பஸ்ஸில் போய்வர தினமும் இரண்டு ரூபாய் செலவானது. சில நாட்கள் நான் டிக்கட் எடுக்காமல் ஏமாற்றியும் பயணம் செய்தேன். பஸ் கண்டக்டரும் இதை கண்டுகொள்ளாமல் அனுமதித்தார். எப்படியோ தின்பண்டம் வாங்கப் பணம் கிடைத்தது.

பள்ளியில் பிற மாணவர்களும் எனது சமூகத் தரத்தைச் சேர்ந்தவர்கள் என்பதால் எளிதில் பொருந்திப் போனேன். எனது சன்ரைஸ் பள்ளியின் பழக்க வழக்கம் எனக்கு மரியாதை தந்தது. பள்ளியின் தரமும் சிறப்பாகவே இருந்தது. புத்தகத்தைத் தொடாமல் பாடம் நடத்தும் நல்ல திறன் கொண்ட ஆசிரியர்கள் இருந்தனர்.

நான் இலக்கியம் படிப்பதில் ஆர்வம் கொண்டிருந்தேன். பிரேம்சந்த் எனக்கு புறவுலகைத் திறந்துவிட்டார். பாடப் புத்தகத்தில் கவனம் குறைந்ததால் மதிப்பெண் குறைந்தது. நான் ஒன்பதாவது போனேன். வகுப்புப் பாடம் மட்டும் போதுமானதாக இல்லை. சிறப்பு வகுப்புகளுக்கும் போக வேண்டியதானது. ஆனால் அதற்கான பண வசதி இல்லை.

எனவே என் வீட்டிலிருந்து ஐந்து கல் தொலைவிலுள்ள எனது பெரிய மாமாவிடம் டியூஷன் படிக்க அதிகாலையில் செல்வேன். தினமும் நாலு ரூபாய் செலவு செய்து பஸ்ஸில் போவதற்கு சங்கடப் பட்டேன். ஒரு சைக்கிள் வாங்கினால் செலவு குறையுமென்று அப்பாவிடம் கெஞ்சினேன். எனவே ஒன்பதாவது வகுப்பில் எனக்குச் சொந்தமாக ஒரு சைக்கிள் கிடைத்தது.

சமத்துவம் என்பது வெறும் பேச்சால் வந்துவிடாது. வாய்ப்புகள், பணம் இவை இரண்டும் சமமாகக் கிடைக்காத சமூகத்தில் சமூக சமத்துவம் கிடைப்பது கடினம். பட்டினி கிடப்பவன், அடிப்படைத் தேவை களற்றவன் எப்படி சமமாகச் செயல்பட முடியும்?

தினமும் ஓய்வின்றி டியூஷன், பள்ளி என சைக்கிளில் சரியான சாப்பாடின்றி அலைந்ததால் உடல் நலம் கெட்டது. எனவே காலை டியூஷன் செல்வதை நிறுத்தி விட்டேன். அல்ஜிப்ரா கணிதம் கடினமானதாக இருந்தது. விஞ்ஞானமும், கணிதமும் படிப்பது இமாலய முயற்சிதான். எப்படியோ கஷ்டப்பட்டுப் படித்தேன். சமூகப் பாடம் மட்டும் சுலபமாக இருந்தது. நன்கு படிக்க வேண்டும் என்ற ஆர்வத்தால் பெரு முயற்சி எடுத்துப் படித்துப் பள்ளியின் சிறப்பான மாணவன் என்ற பெயர் பெற்றேன்.

11

கல்லூரி நோக்கி...

பத்தாண்டு காலம் எங்கள் குடும்பம் மிகவும் சிரமமான காலத்தைக் கடக்க நேர்ந்தது. என் சகோதரிக்குத் திருமணமானது. நான் ஒன்பதாம் வகுப்பில் படித்தேன். என் அப்பா தனது சிறிய நிலத்தை அடகு வைத்தே சகோதரி திருமணத்தை முடித்தார். சாதாரணமாகப் பெண்களைப் படிக்க வைக்க நிலத்தை அடகு வைக்கமாட்டார்கள். ஆனால் பெண் திருமணத் திற்கு நிலத்தை அடகு வைப்பார்கள். அக்கா பத்தாவது படித்துக் கொண்டிருந் தாள். மாப்பிள்ளை பனிரெண்டாம் வகுப்பு முடித்திருந்தார். கிராமத்தில் இத்தனை சின்ன வயதில் திருமணம் முடிப்பது சாதாரணமானது.

குடும்பத்தின் பொருளாதாரம் மோசமானது. வீட்டுத் தேவைக் கான பொருட்களை மொத்தமாக வாங்காமல், தினம் தினம் காசு கொடுத்து வாங்கினோம். இது அவமானமானதுதான். பணக் கஷ்டம் என் எதிர்காலக் கனவுகளைப் பொய்யாக்கி விடுமோ என அஞ்சினேன்.

அரசுப் பள்ளிக்குப் போன பின் கிரிக்கெட் விளையாட வாய்ப் பின்றிப் போனது. எனக்காக ஒரு பேட் வாங்குவது முடியாததாகிப் போனது. கிரிகெட் பணக்காரர்கள் விளையாட்டு. ஏழைகள் விளையாட முடியாது. கபடிதான் செலவில்லாத ஏழைகள் விளையாட்டு. நான் ஒரு என்ஜினியராக, டாக்டராக, கலெக்டராக முடியாது என்று முடிவு செய்தேன்.

என் மூத்த சகோதரன் பள்ளி செல்வதை நிறுத்திவிட்டு, ஒரு தொழிற்சாலை வேலைக்காக கௌஹாத்திக்குச் சென்றுவிட்டான். நான் பத்தாவது படித்துக் கொண்டிருந்தேன். நானும் இத்துடன் படிப்பை நிறுத்த வேண்டி வருமோ என பயந்தேன். என் உடல்நிலையும் மோசமாகவே இருந்தது. எனவே படிப்பு ஒன்றின் மூலம் தான் நான்

அதிக உழைப்பு இல்லாத வேலைக்குப் போக முடியும். ஏதாவது புத்தகக் கடை வேலைக்குப் போனால் அதிக உடல் உழைப்பு இன்றி நிழலில் வேலை செய்யலாம் என நினைத்தேன்.

எங்கள் ஊரில் லக்னி புஸ்தக் என்ற கடை இருந்தது. அதில் வேலை கேட்டுப் போனேன். கடையை விரிவுபடுத்தியதால் முதலாளி எனக்கு உடனே வேலை தந்தார். மாதம் ஐந்நூறு சம்பளம். எனக்கு மகிழ்ச்சிதான். அதில் சேரும் முன் வீடு வீடாகச் சென்று போலியோ சொட்டு மருந்து தரும் வேலை, தினம் 50ரூபாய் சம்பளத்திற்குக் கிடைத்தது. சுலபமான வேலை. நல்ல சம்பளம். இந்த வேலை எனக்குப் புதிய நல்ல அனுபவ மானது. போலியோ மருந்து மலட்டுத்தன்மை உண்டாக்கி விடும் என்ற தவறான வதந்தி பரப்பப்பட்டது. அரசு குடும்பக் கட்டுப் பாட்டைக் குழந்தை களிலிருந்து துவக்கிவிட இது உதவும் என்ற தவறான கருத்தைப் போக்கி, அதன் நன்மை பற்றிய விழிப்புணர்வு உண்டாக்கும் நல்ல சமூகப்பணி என்றே நான் கருதினேன். தவறான பயத்தால் பள்ளிக் குழந்தைகள் மருந்து எடுத்துக்கொள்ளாமல் தப்பி ஓடினார். எனினும் குழந்தைகளின் எதிர்கால நலனுக்கான சேவையே என்று நான் மகிழ்ந்தேன்.

நான் படிப்பை நிறுத்தி வேலைக்குச் செல்வது என் தகப்பனாருக்கு வருத்தமே எனினும் வேறு வழியில்லை. அவர் என் படிப்பை விட்டு விடாமல், கட்டாயம் தேர்வு எழுதிப் பத்தாவது தேறி மேலும் படிக்க வேண்டுமென உற்சாகமூட்டினார்.

நான் பீஹார் மாநிலப் பணிக்கான தேர்வு எழுத பத்தாவது தேறியிருக்க வேண்டும். எனக்குக் கணிதம் மட்டுமே கடினமாக இருந்தது. எனினும் 47 மதிப்பெண் பெற்றுத் தேறிவிட்டேன். மற்ற பாடங்களில் நல்ல மதிப்பெண் பெற்றிருந்தேன். சமூகப் பாடத்திலும், சமஸ்கிருதத் திலும் நல்ல மதிப்பெண் பெற்றேன். சமஸ்கிருத ஆசிரியர் தாராளமாக மதிப்பெண் வழங்கி ஊக்குவிப்பவர். முதல் தரத்தில் பத்தாவது தேறிவிட்டேன்.

தேர்வு முடிவு வந்தபோது அப்பா சர்க்கரை நோயால் பாதிக்கப் பட்டு, மருத்துவமனையில் சேர்க்கப்பட்டிருந்தார். சகோதரியின் திருமண வேளை என்பதால் உறவினர்கள் பண உதவி செய்ததால் பெரிய கடனின்றித் தப்பினோம். நான் அப்பாவுக்கு உதவியாக மருத்துவ மனையில் இருந்து உதவினேன். நான் அவருக்குத் தேநீர் வாங்கச் சென்றபோது பத்தாவது தேர்வு முடிவு நாளிதழில் வந்திருந் ததைக் கண்டேன். நான் விரைந்து ஐந்து ரூபாய் கொடுத்து நாளிதழை வாங்கினேன்.

மூன்றாம் வகுப்பில் என் எண்ணைத் தேடினேன். பின் இரண்டாம் வகுப்பில் தேடினேன். அதிலும் இல்லை என்பதால் தோல்வியுற்றேன் என்ற முடிவுடன் வருந்தினேன். ஆனால் முதல் வகுப்பில் என் எண்ணைப் பார்த்த போது என் மகிழ்ச்சியை என்னால் அளவிட முடியவில்லை. எனக்கு வாழ்வின் மீது ஒரு புதிய நம்பிக்கை பிறந்தது.

நான் அப்பாவிடம் என் முதல் வகுப்புத் தேர்ச்சி பற்றிச் சொன்ன போது, அவர் அதை முழுதாக நம்பவில்லை. எனக்கு அது நல்ல முடிவாக இருந்த போதும், பள்ளியில் 27 பேர் மட்டுமே முதல் வகுப்பில் தேறியிருந்தனர். சென்ற ஆண்டு 70பேர் முதல் வகுப்பில் தேறி யிருந்தார்கள். நான் எனது சான்றிதழ் வாங்கச் சென்ற போது பள்ளிக் காவலர் என்னை மகிழ்ச்சியுடன் வாழ்த்தி, அன்பளிப்பு கேட்டார். நான் பஸ்சுக்குக் கூடக் காசில்லாமல் நடந்து வந்தேன் என்று சொன்னபோது, கோபம் கொண்டு திட்டினார். என்ன செய்வது ஏழைகளின் மகிழ்ச்சி கூட முழுமையானதாக இல்லை.

நான் வருத்தத்துடன் எனது சான்றிதழை வேண்டுமானாலும் வைத்துக்கொள்ளுங்கள் என்னிடம் உண்மையில் காசு ஏதுமில்லை என்றேன். அப்போது வந்த என் ஆசிரியர் எனக்கு என் சான்றிதழைத் தர உத்தரவிட்டார். ப்யூன் திட்டிக்கொண்டே சான்றிதழை என்னிடம் நீட்டி, "நீ முதல் வகுப்பு வாங்கி என்ன செய்யப் போகிறாய்?" என்றார். உண்மைதான் நான் அடுத்து என்ன செய்யப் போகிறேன் என்பது எனக்கே தெரியவில்லை.

அப்பா நோயுடனும் கடனுடனும் போராடிக் கொண்டிருந்தார். எனினும் அவருக்கு என் தேர்ச்சியில் மகிழ்ச்சியே. ஆனால் இவனுக்கு என்ன செய்வது என்ற வருத்தம். மறுபுறம் என்னை மீண்டும் வேலைக்குப் போ என்று சொல்ல அவருக்கு மனமில்லை. ஆனால் எப்படிப் படிக்க வைப்பது?

நான் ஒரு முடிவுடனிருந்தேன். எப்படியும் படிப்பது. ஆனால் எப்படிப் படிப்பைத் தொடர்வது? எங்கள் பகுதியில் ஒரே அரசு கல்லூரி மட்டுமே இருந்தது. பிகுசாரியில் G.D.கல்லூரிக்குப் போய் இன்டர் மீடியட் படி என்றனர் சிலர். அரசுக் கல்லூரிகள் அரசுப் பள்ளிகள் போலவே எவ்விதத் தரமும் இல்லாமல் மோசமாகவே இருந்தன. முதலாண்டு பஸ்சில் கலாட்டா, இரண்டாம் ஆண்டு பஸ் கூரையில் பயணம், மூன்றாம் ஆண்டு பஸ்சுக்குத் தீ. அதன் பின் கையில் துப்பாக்கியுடன் அலைவது. இந்தப் படிப்பு தேவைதானா என்று நினைத்தேன். பின் எப்படிப் போவது?

என் உடல் நிலையோ மிகவும் பலவீனமாக இருந்தது. மேலும் நான் அரசியல், பண்பாடு, இலக்கியம் ஆகிய துறைகளிலேயே ஆர்வம்

கொண்டிருந்தேன். எனவே நான் பெகுசாரிக் கல்லூரியில் சேருவதில்லை என்று முடிவு செய்தேன். எனவே நான் பாட்னாவிற்குச் செல்வது நல்லது என நினைத்தேன். மாநிலத் தலைநகரில் போய் படிப்பதால் நிறைய உலகத் தொடர்பும், மன வளர்ச்சியும் கிடைக்கும். இந்தப் பிற்போக்கான கிராமச் சூழலிலிருந்து விடுபட முடிவு செய்தேன்.

ஆனால் எப்படிச் செலவுகளைச் சமாளிப்பது என்பதுதான் பெரிய பிரச்சினை. அப்பா தயங்கினார். எப்படியும் மாதம் 500 ரூபாய் தேவைப்படும். என் படிப்பில் ஆர்வம் கொண்ட அவர், தன் உடல்நிலை பற்றியும் கவலைப்படாமல், வேலைக்குப் போய் எப்படியும் பணம் அனுப்புகிறேன் என்றார். பத்தாவது தேறுவேனா என்ற கேள்வியுடன் நின்ற நான் முதல் வகுப்பு பெற்று, கல்லூரி செல்கிறேன் என்பது வியப்பும், மகிழ்ச்சியும் தருவதல்லவா?

என் கிராம வாழ்வு முடிவுக்கு வந்தது. எனது பெட்டி படுக்கையுடன், ஒரு எரிவாயு அடுப்பையும் சுமந்துகொண்டு பாட்னா நோக்கிப் புறப்பட்டேன்.

12
பாட்னா வாழ்வு

கோடை வெய்யில் வாட்டும் ஆகஸ்ட் மாதத்தின் புழுக்கமான மாலைப் பொழுதில் பாட்னா வந்திறங்கினேன். அது என் வாழ்நாளில் நான் மேற்கொண்ட மிக நீண்ட பயணம். பாட்னாவிற்கான பயணக் கட்டணம் 18 ரூபாய். இதை மிச்சம் செய்ய டிக்கட் இல்லாமல் பயணம் செய்வோமா என்ற எண்ணம் மனதில் ஓடியது. ஆனால் படிக்கச் செல்லும் என்னைப் பயணச் சீட்டு எடுக்கவில்லை என்று கைது செய்துவிட்டால் என்ற பயம் அதைத் தடுத்துவிட்டது. வண்டி வந்தது. உள்ளே நுழைய முடியாதபடி நிறைய கூட்டம் எப்படியோ நெருக்கியடித்து இடம் பிடித்து விட்டேன். கழிப்பறையோரம் நின்றுகொண்டே பயணம்.

பாட்னா வந்தடைந்தேன். மாநகரம் என்னை அச்சுறுத்தும் வகையில் அசுரவடிவாக என் முன் நின்றது. நான் ரிக்ஷாக்காரருக்குக் கொடுக்கும் காசை மீதப்படுத்தி பெட்டி படுக்கையுடன் நடந்தே மிதூன் லாட்ஜை அடைந்தேன். அங்குதான் தங்க ஏற்பாடு. மிகச் சாதாரணமான விடுதி. தனியறை என்றெல்லாம் எதுவுமில்லை. ஒரு அறை, அதில் இரண்டுபேர் படுக்கை விரித்துப் படுத்துக் கொள்ளலாம். மாதம் 250 ரூபாய் வாடகை.

அறையில் ஏற்கெனவே ஒருவர் இருந்தார். ஏதோ தான்தான் விடுதியின் உரிமையாளர் போல, அலட்சியமாக எனக்கு அந்த அறையில் ஒரு மூலையை ஒதுக்கினார். நான் என் பொருட்களை அடுக்கி என் வீட்டில் இருக்க என்னைத் தயார் செய்துகொண்டேன். வீட்டிலிருந்து கொண்டு வந்த பெட்டியில் துவைத்த என் துணிகள், அம்மா கொடுத்தனுப்பிய புதிய பெட்சீட், குளிக்கும் சோப், துவைக்கும் சோப்பு, பிரஷ், பற்பசை, ஐந்து கிலோ கோதுமை மாவு, ஒரு லிட்டர்

கடுகு எண்ணெய், கொஞ்சம் வெங்காயம், உருளைக் கிழங்கு, மிளகாய், உப்பு இவற்றுடன் இனி என் புதிய வாழ்வைத் துவக்க வேண்டும்.

புதிய பெட்சீட் என்பது வேறொன்றுமில்லை, பழைய துணிகளின் நல்ல பகுதிகளை வெட்டித் தைத்து அம்மா எனக்கு உருவாக்கித் தந்த வண்ண வண்ண அழகிய ஒட்டு பெட்சீட்தான். அறையின் வெளியில் நின்று பார்த்தால் பாட்னா நகரம் கண்ணுக்கெட்டிய வரைக் கட்டிடங்களாக நிறைந்து கிடந்தது. மரங்கள், பறவைகள், குடிசைகள் ஆடு மாடுகள், பரந்த வானம் எனப் பார்த்துப் பழகிய எனக்கு நகரம் ஒரு புதிய காட்சியாக விரிந்து கிடந்தது. நிரம்பி வழியும் குப்பைத் தொட்டி, அதில் சிதறிக் கிடக்கும் எதையோ பொறுக்கும் மனிதர்கள். இப்படி, 21ஆம் நூற்றாண்டின் மாநகரங்களின் பிரதிபலிப்பாக பாட்னா தெரிந்தது. பின் தில்லியைப் பார்த்தபின் பாட்னா சிறுத்துப் போனது.

நான் என்னைப் பற்றி, என் தினசரி செயல்பாடுகள்பற்றி முடி வெடுக்கும் முழுமையான சுதந்திரம் பெற்ற முழு மனிதனானேன். என்ன உடுப்பது, என்ன உண்பது, என்ன படிப்பது என்பதை வழிநடத்த எவரு மில்லை. ஆனால் இதுவா, அதுவா, என்று தேர்வு செய்ய எதுவும் என் முன் இல்லை. உள்ளதை எடுத்துக் கொள்வதைத் தவிர வேறு வழியில்லை.

கணிதம் நன்றாகப் படிப்பவனுக்குப் பொறியியல், இயற்கை விஞ்ஞானம் படிப்பவனுக்கு மருத்துவம். இரண்டும் இல்லாதவனுக்குப் பட்டப் படிப்பு இதுதான் மாணவர்களின் முன் இருந்த தேர்வு உரிமை. நான் கணிதத்தில் குறைவுதான் என்ற போதும், அறிவியலைவிடக் கணிதம் சுலபமானதாக உணர்ந்தேன். எனவே பொறியியல்தான் எனக்குப் பொருத்தமானது என்று நினைத்தேன்.

பாடம் எது என்று முடிவு செய்த பின் எங்கு படிப்பது என்பது, அடுத்த தேடல். பாட்னாவின் சாலையில் நின்று எந்தப் பக்கம் கல்லெறிந் தாலும் அது ஒரு சிறப்புப் பயிற்சி நிலையத்தின் மீதுதான் விழும் என்று வேடிக்கையாகச் சொல்வார்கள். அது உண்மைதான். அத்தனை பயிற்சி மையங்கள். அவை எதை, எப்படிச் சொல்லிக் கிடக்கிறதோ தெரியாது, ஆனால் பணம் பிடுங்கி விடும். எந்த மையத்திலும் எந்த அடிப்படை வசதியும் இருக்காது. மேஜை நாற்காலி வரிசையாகப் போட்டுவிட்டால் அது பயிற்சி மையம். என்னைப் போன்ற ஏழை மாணவர்கள் நிலைதான் பரிதாபமானது. எது நல்லது? எது சிறந்தது? எங்கு போய்ப் படிப்பது என்பதை வழிகாட்ட யாருமில்லை.

ஆனால் நான் எப்படியும் மேலே படிப்பது என்ற முடிவுடன் இருந்தேன். நான் கணிதத்திற்கான சிறப்புப் பயிற்சி மையத்தைத் தேடினேன். என் அறை நண்பர் அபிமன்யு என்ற ஆசிரியரிடம் படித்தான். நான் அவரைச் சந்திக்கச் சென்றேன். அவர் என் கிராமத்தின் பெயரைக்

கேட்டவுடன் என்மீது அதிக அக்கறை காட்டினார். என் குடும்பத்தைப் பற்றிக் கேட்டார். கடைசியில் என் தாத்தாவும், பழுப்பு நிலக்கரி அனல் மின்நிலையத்தில் வேலை செய்தவர்கள் என்று சொன்னவுடன், தனது மூத்த சகோதரர் அங்கு வேலை செய்ததாகவும் அபிமன்யூ இங்கிருந்து சிலகாலம் படித்ததாகவும் கூறினார். அப்போது வெளிமாநிலத்திலிருந்து வேலை செய்ய வந்தவர்களை, பிஹாரர்காரர்கள் மோசமாக நடத்துவார்கள். என் அப்பாதான் அவர்களுக்குத் துணையாக நின்று, ஆதரவு தந்தார் என நன்றியுடன் சொன்னார். எனவே எனக்கு உதவுவதில் அவர் தனது நன்றியைக் காட்ட முடிகிறது என்று மகிழ்ந்தார். தனக்கான கட்டணத்தைக் கூட வேண்டாம் என்று கூறிவிட்டார். மனிதர்கள் பலன் கருதாது செய்த நற்செயல்கள் பயனின்றிப் போவதில்லை.

ஆனால் என் அறை நண்பர் மட்டும் மாறவில்லை. என்னை அவர் ஒரு எதிரிபோலத்தான் நடத்தினார். தான் முதலில் அந்த அறைக்கு வந்துவிட்டதால், தானே அறையின் அதிபர் என்று கருதிக்கொண்டார். அறையில் எதைச் செய்யவும் நான் அவரது அனுமதி வாங்க வேண்டும். அவர் தூங்கும் போது விளக்குப் போட்டுப் படிக்கக் கூடாது. தூங்க முடியாது என்பார். இத்தனைக்கும் அவர் எனது தூரத்துச் சொந்தக் காரர். ஆனால் என்னை அவர் மோசமாக நடத்துவதில் வக்கிர மகிழ்ச்சி காண்பவராக இருந்தார்.

இரவில் படிக்க ஒரு மேஜை விளக்கு வாங்க வேண்டியிருந்தது. ஆனால் அவர் படிக்கும்போது விளக்கு எரியும், ஆனால் நான் ஏற்றுக் கொண்டு தூங்க வேண்டுமென்பார். சமைக்க எனது அடுப்பைப் பயன் படுத்துவார். நான் சப்ஜி செய்வேன். அவர் ரொட்டி போடுவார். எப்படியோ கூட்டாக சமையல் செய்து வாழ்ந்தோம். வீட்டைவிட்டு வெளியே வந்து ஒரு சர்வாதிகாரியுடன் வாழ்வது எப்படி என்பதைக் கற்றுக் கொண்டேன்.

ஆனால் விடுதியில் இருந்த பிற மாணவர்கள் என்னுடன் நட்பாகவே இருந்தனர். அதில் ஒரு நண்பர் எனக்கு உதவியாக, நட்புடன் இருந்தார். அதுவும் அவருக்குப் பொறாமையாக இருந்தது. என்ன செய்ய? காலை உணவாக ஊற வைத்த சுண்டல்கடலை, அல்லது ரொட்டி, அல்லது பிஸ்கட் சாப்பிடுவேன். மதியம் சாதம், பருப்பு, உருளைக்கிழங்கு, இரவு சப்பாத்தி, உருளைக் கிழங்கு சப்ஜி, அல்லது பழைய சாதம்.

விடுதியில் காற்றோட்டமே இருக்காது. கூட்டம் வேறு. ஒரே கழிப் பறைதான். நீண்ட வரிசையில் காத்திருக்க வேண்டும். இந்த நெரி சலைத் தவிர்க்க நான் இரவே குளித்துவிடுவேன். எனினும் கோடையில் வியர்த்துக் கொட்டும். இரவு வியர்வை மழையில் உறங்குவோம். அடிக்கடிக் குளிக்கத் தோன்றும், ஆனால் தண்ணீர் இருக்காது.

மெல்லப் புதிய வாழ்க்கைக்குப் பழக்கப்பட்டுப் போனேன். ஊரிலிருந்து கொண்டு வந்த பணத்தில் பாதி விடுதிக்குக் கட்டவே சரியாகப் போனது. எனவே நான் வாங்கும் ஒவ்வொன்றிலும் சிக்கனமாக, மலிவானதையே வாங்கினேன். தொடர்ந்து ஒருவரிடம் காய் உருளைக் கிழங்கு வாங்கியதால் அவர் எனக்கு மலிவாகவே தந்தார். இப்படி காசை மிச்சப்படுத்தி வாழ்ந்தேன்.

பின் அறையில் போடுவதற்கான பனியன் டிராயரை மலிவு விலையில் தெருக் கடையில் வாங்கினேன். மற்றபடி வெளியே போக இரண்டு பேண்ட், சட்டை மட்டுமே எனக்கு இருந்தது. போகுமிடத்திற் கெல்லாம் பெரும்பாலும் நடந்தே போய்க் காசை மிச்சப்படுத்துவேன்.

ஒரு நாள் என் உறவினர் ஒருவர் தனது பழைய சைக்கிளைப் பயன்படுத்தாது வைத்திருந்தார். கூடவே ஒரு பழைய டைப்ரைட்டரும் இருந்தது. அவர் வேறு ஊருக்குப் போக இருந்தார். நான் அவற்றை எனக்கு விலைக்குத் தரக் கேட்டேன். டைப்ரைட்டர் தனக்கு வேண்டு மென்று கூறிவிட்டார். ஆனால் சைக்கிளை மலிவு விலைக்குத் தந்தார்.

அதன்பின்னர் பாட்னாவை என் பழைய சைக்கிளில் சுற்றி வந்தேன்.

13
வெள்ளத்தில் துரும்பாக...

கணிதத்துடன் இன்டர்மீடியட் வகுப்பிலும் ராம்ரத்தன் மகாவித்யாலயாவில் சேர்ந்தேன். நான் எந்த வகுப்பிற்கும் போய் படிக்கவில்லை. இன்ஜினியரிங் சிறப்புப் பயிற்சி மையங்களில் சேரும் எவரும் வகுப்பிற்குப் போவதில்லை. தேர்வு எழுத ஏதாவது ஒரு மையத்தில் சேர்ந்ததற்காக அத்தாட்சி தேவை. அதற்காகவே பலரும் மையங்களில் சேருகிறார்கள்.

இண்டர்மீடியட் சேர்ந்திருந்தால்தான் கல்லூரியில் இடம் தருவார்கள். சிறப்புப் பயிற்சி வகுப்புகளில் சேர்ந்தே பொறியியல் பாடங்களைப் படிக்க முடியும். சிறப்புப் பயிற்சிக்கு அதிகப் பணம் ஆகும் என்பதால் நானே சில புத்தகங்களை வாங்கிப் படித்துக் கொள்ளத் துவங்கினேன். நான் என் நண்பர்களிடம் புத்தகம் கடன் வாங்கிப் படிப்பேன்.

ஆனால் கணிதம் கசப்பாகவே இருந்தது. சிறப்பு வகுப்புக்குப் போக மிகவும் கஷ்டப்பட்டேன். கணிதத்தின் ஒவ்வொரு பகுதியும் கடினமாக இருந்தது. ஒவ்வொரு பாடமும் மலையேற்றம் போலத்தான். ஒவ்வொரு நாளும் வெறுப்பும், சலிப்பும் வளர்ந்தது.

என் தன்னம்பிக்கை குறையத் துவங்கியது. நம்பிக்கைக்கான வாய்ப்புகள் குறைவாகவே இருந்தது. படிப்படியாக அவற்றை வெல்லக் கடினமான முயற்சி மேற்கொண்டேன். ஆனால் எல்லாம் என் தகுதிக்கு மீறியதாகவே இருந்தன. சிறப்புப் பயிற்சியின்றிப் பொறியியல் படிக்க முடியாது என்றானது. கடின உழைப்பும், நம்பிக்கையும் மட்டும் வெற்றியைத் தந்துவிடாது. நல்ல எண்ணமும், நடத்தையும் மட்டுமல்ல, நல்ல அறிவும் வெற்றிக்கு அடிப்படைத் தேவை.

ஒரு ஆண்டில் பொறியியல் படிப்புக்கு நான் ஏற்றவனில்லை என்பது தெளிவானது. இண்டர் மீடியட் சேரக் காசும் இல்லை. என்னால் புத்தகங்கள்கூட வாங்க முடியாது போனது. பின் எப்படி எஞ்ஜினியராவது? நான் அதற்கு ஆசைப்பட்டிருக்கவே கூடாது.

கவலைதான் மிஞ்சியது. என் அப்பாவிடம் என் இயலாமையைச் சொல்லிப் புலம்பி அழுதேன். என் ஆசிரியர் அபிமன்யூவிடம் சென்று, என் இயலாமையைச் சொல்லி மன்னிப்புக் கேட்டு பயிற்சி வகுப்பிலிருந்து வெளியேறினேன்.

ஏழைகளுக்கு ஆசையும், கனவும் ஒரு கரை, நடைமுறை வாழ்க்கை எட்ட முடியாத மறுகரை. நான் பாட்னா வந்தபோது என் வாழ்க்கை இப்படி முடியுமென்று நான் நினைக்கவில்லை. காட்டாற்றைக் கடக்க நீச்சலிட்டேன். இப்போது சோர்ந்து தோற்றுப் போய் ஆற்றின் வெள்ளத்தில் அடித்துச் செல்வதுபோல உணர்ந்தேன்.

14

மதவெறி வளர்க்கப்படுகிறது

திசை தெரியாது தவித்தேன். எனினும் நிதானமாக நடந்தேன். இனி படிப்பைத் தொடர முடியுமா? படிப்பது பணம் சேர்ப்பதற்குத்தானா? பொறியாளர்கள் வேலையின்றி அலைகிறார்கள். எம்.பி.ஏ. படித்தவர்கள் சோப்பு விற்கிறார்கள். பணம் இருந்தால் பணம் பண்ணலாம். இதுதான் இன்றைய நிலை. பின் எப்படி வாழ்வது? ஏதாவது வேலைக்கு வெளிநாடு ஓடிவிடலாமா?

அப்பாவின் நண்பர் ஜலாவுதீன் பாட்னாவிலிருந்து 100 கிலோ மீட்டர் தொலைவில் நவதாவில் வாழ்கிறார். அவர் அரபு நாடுகளுக்குச் சென்று வேலை செய்து பணமீட்டியவர். துபாயில் வேலை கிடைப்பது சுலபம். ஏதாவது மெக்கானிக் வேலை தெரிந்தால் பிழைத்துக் கொள்ளலாம். ஏசி, ப்ரிட்ஜ் ரிப்பேர் தெரிந்தால் போதும் என்றார். நான் எப்படியாவது 500 ரூபாய் தயார் செய்து ஏசி மெக்கானிக் வேலை கற்றுக்கொள்ள முடிவு செய்தேன். எனவே ஜலாவுதீன் வீட்டுக்குப் போய், அவரைச் சந்தித்து ஆலோசனை கேட்கச் சென்றேன்.

அதுதான் நான் அவரது வீட்டுக்குப் போகும் முதல்முறையாகும். நான் அவரது வீட்டைப் பார்த்து அதிர்ச்சியுற்றேன். அவர் எங்கள் வீட்டுக்கு வருவார். கிராமத்து சின்ன வீட்டுக்குள் நுழையும் போது செருப்பைக் கழற்றிவிட்டு, வந்து சாதாரண சேரில் அமர்வார். அவரது வீடு மாளிகை போலப் பெரிதாக ஆடம்பரமாக இருந்தது.

வீட்டின் வரவேற்பு அறை சோபாவில் அமர்ந்தேன். உள்ளே டீவி-யில் கிரிக்கெட் வர்ணனை கேட்டுக் கொண்டிருந்தது. நானும் பிறரைப் போல கிரிக்கெட்மீது ஆர்வம் உள்ளவன்தான். எனவே ஸ்கோர் விபரத்தைக் கேட்டேன். என் ஆர்வத்தைக் கண்ட அவர் "உள்ளே போய்

நீயும் பந்தயத்தைப் பார்" என்றார். அறைக்குள் நுழைந்தவுடன் பார்த்துக் கொண்டிருந்த பெண்கள் உள்ளே போய் விட்டார்கள். நான் சிறுவர்களுடன் உட்கார்ந்து பார்த்துக் கொண்டிருந்தேன்.

பாகிஸ்தான் சிறப்பாக ஆடி நிறைய ரன்கள் குவித்திருந்தது. வெளியே பட்டாசு வெடிக்கும் சத்தம் கேட்டது. இந்தியா பேட் செய்ய ஆரம்பித்தது. சச்சின் வேகமாக ரன் குவித்துக் கொண்டிருந்தார். அதைப் பார்த்துக் கொண்டிருந்த சிறுவர்கள் ஆர்வமாகப் பாராட்டவில்லை.

நான் ஒரு சிறுவனிடம் "உனக்குப் பிடித்தமான ஆட்டக்காரர்?" என்று கேட்டேன்.

"ஷாஹீத் அப்ரிதி"

"ஏன்? அவரைப் பிடிக்கும்"

"அவர் சிறப்பாக ஆடுவார்"

"சச்சினும் சிறப்பாக ஆடுவாரே"

"அப்ரிதிதான், அடுத்து சச்சின்னைப் பிடிக்கும்"

"இந்தப் போட்டியில் யார் வெல்ல வேண்டும்?"

"ஷாஹீத் அப்ரிதி"

"ஏன்?"

அவன் சற்று யோசித்தான். பின், "சச்சின் வென்றால் இதற்கான பதில் கிடைக்கும்" என்றான்.

சிறுவனின் பதில் எனக்கு வியப்பூட்டியது. சற்று நேரத்தில் இந்தியா வென்றது. ஜலாவுதீன் வீட்டின் மீது பட்டாசுகள் வீசப்பட்டன. ஒரு பெரிய போர்க் காட்சி போல அது இருந்தது. நான் வியப்புடன் பார்த்தேன். "இப்போது புரிகிறதா, நான் ஏன் ஷாஹித் வெல்ல வேண்டுமென்றேன் என்பது" என்றான் அச்சிறுவன்.

இரவு ஜலாவுதீனிடம் இது பற்றிக் கேட்டேன். "அவனுக்கு ஷாஹீத் பிடிக்காது. ஆனால் அவனால் வெறுக்க முடியாது. அது நிர்பந்தம். திணிக்கப்படுகிறது" என்றார். எப்படி விளையாட்டு கூட மதவெறியுடன் பார்க்கப்படுகிறது என்பதை அது எனக்கு உணர்த்தியது.

பின் ஒருமுறை காஷ்மீருக்கு ஒரு கருத்தரங்கில் பங்குபெறச் சென்றேன். வழியில் சிறுவர்கள் கிரிக்கெட் விளையாடிக் கொண்டிருந்தார்கள். ஒரு அணி பாகிஸ்தான் அணிச் சின்னத்தை அணிந்திருந்தது. மற்றொரு அணி வெறும் நீலநிறச் சீருடை அணிந்திருந்தது. எனக்கு

வியப்பாக இருந்தது. பின் இது ஏன் என்று என்னுடன் வந்த நண்பரிடம் கேட்டேன். அவர்கள் ஏன் பாகிஸ்தான் சீருடை அணிந்துள்ளார்கள் என்பது எனக்குப் புரியவில்லை.

"நீங்கள் படித்தவர். உங்களுக்குத் தெரியாதா எதிரியின் எதிரி நண்பர் என்பது" என்றார்.

இதுதான் கிரிக்கெட் அரசியல் அல்லது அரசியல் கிரிக்கெட் ஜலாவுதீன் வீட்டு நிகழ்ச்சி எனக்குப் பல உண்மைகளை உணர்த்தியது. "நான் துபாயில் வேலைக்குச் சென்றபின், வீட்டின் வறுமை ஓடிப்போனது. நான் நிறையப் பணம் அனுப்பினேன். நிறையப் பணம் சேமித்தேன்" என்றார். எனக்கு குழப்பமும், விரக்தியும்தான் உண்டானது. ஆனால் அது எனக்குப் பல தெளிவுகளையும் உண்டாக்கியது.

நான் பல உண்மைகளைப் புரிந்து கொண்டேன். நாம் வெற்றி பெற்றால்தான் எதையும் சாதிக்க முடியும். என் சொந்த முயற்சியில் முன்னுக்கு வரவேண்டும். வெற்றி பெறக் கடின உழைப்பு தேவை. அதற்கான சங்கடங்களையும் ஏற்றுக்கொள்ள வேண்டும்.

நாவ்டாவிலிருந்து புதிய நம்பிக்கையுடன் பூனா திரும்பினேன். உறுதியான மனதுடன் பயிற்சி மையம் சென்றேன். என்ன பாடுபட்டும் படிப்பது என்ற முடிவுடன் செயல்பட்டேன்.

15
கட்சி அலுவலகம் பயிற்சிக் கூடம்

நான் பாட்னா வந்து இரண்டாண்டுகளாகி விட்டன. நான் பாட்னாவாசியாகி விட்டேன். ரயிலில் டிக்கட் இல்லாமல் பயணிப்பது சாதாரணமானது. டிக்கெட் இல்லாப் பயணம் சாதாரணப் பெட்டியிலிருந்தால் என்ன? ஏ.சி. கோச்சில் இருந்தால் என்ன? எனவே ஏ.சி. பெட்டியில் பயணிப்பேன். சோதனையாளர் பிடித்தால் சண்டை போடுவேன். அவர் பயந்து விட்டு விடுவது தவிர வேறு வழியில்லை.

சாலையோரத் தேநீர் கடையில் நண்பர்களுடன் டீ குடித்தபடி அரசியல் விவாதம் நடத்துவோம். இது பாட்னா மரபு. பாட்னா காற்றில் அரசியல் நெடி வீசும். டீக்கடை, ரயில், சினிமா தியேட்டர் எங்கு பத்துபேர் கூடினாலும் அரசியல் விவாதம் துவங்கிவிடும். நீங்கள் நீண்டதூரம் ரிக்ஷாவில் பயணித்தால்கூட, பத்தாவது நிமிடம் ரிக்ஷாக்காரர் அரசியல் பேசத் துவங்கிவிடுவார்.

என் நண்பர்கள் வட்டம் பெரிதானது. மிதுன் லாட்ஜில் மணிபூஷன் என்ற இளைஞர் என் நண்பரானார். அவர் பாட்னா பல்கலைக் கழகத்தில் பி.ஏ. படித்தார். இந்துவான அவர் உருது இலக்கியம் படித்தார். அவரது பழக்கமும் விநோதமாகவே இருக்கும். அவருடன் கூட நானும் இலக்கியம் படிக்கத் துவங்கினேன். அவருடன் பழகத்துவங்கிய பின் ஊர் சுற்றுவது நின்றுபோனது. மணிபூஷன் தீவிரமான அரசியல் விவாதம் செய்பவர். 2002 குஜராத் கலவரத்தைத் தொடர்ந்து உண்மை அறியும் குழுவில் இடம் பெற்று குஜராத் சென்றார். அவர் வந்தபின் பிஜேபி நடத்திய கொடிய வன்முறைகள் பற்றி ஏராளமான தகவல்களைத் தந்தார். பிஜேபி மீதான வெறுப்பு வலதுசாரி அரசியல் எதிர்ப்பு என்னுள் மெல்ல வளர்ந்தது.

என்னிடம் செய்தித்தாள் வாங்கக் காசில்லை. எனவே மணிபூஷன் அறையிலிருந்த செய்தித்தாளைப் படித்து விவாதிப்பேன். அவரே எனக்கு உலக அறிவையும், மொழித்திறமையை வளர்க்க ஆங்கில ஏடுகளைப் படி என்பார். ஆங்கிலச் செய்தித்தாள் படிப்பது அத்தனை எளிதல்ல. என்னைப் போன்ற குறைந்த ஆங்கில அறிவுள்ளவர் ஆங்கில ஏடுகளை மெல்ல நிதானமாகவே படித்துப் புரிந்துகொள்ள முடியும்.

மணிபூஷன் என்னை ஒரு வீட்டுக்கு அனுப்பினார். அது மிதுன் லாட்ஜிலிருந்து கொஞ்ச தூரத்தில் ஒரு சந்தில் இருந்தது. பிறர் வீட்டுக்கு எப்படிப் போய் படிப்பது என்று கூச்சப்பட்டேன். மணிபூஷன் "அது வீடல்ல கம்யூனிஸ்ட் கட்சி அலுவலகம். அங்கு நிறைய செய்தித்தாள்கள், புத்தகங்கள் இருக்கும். யாரும் போய்ப் படிக்கலாம். தடையில்லை" என்றார்.

ஒரு முறை ஒரு கோடை நாளில் சாலையில் நடந்து கொண்டிருந்தேன். தாகமெடுத்தது. வழியில் ஒரு வங்கியைப் பார்த்தேன். உள்ளே போய் பீப்பாயிலிருந்து தண்ணீர் எடுத்துக் குடித்தபோது, காவலாளி வந்து, "இது வங்கி வாடிக்கையாளர்களுக்கு மட்டும்தான்" என்று என்னை விரட்டினார். இதுதான் உலகமயம். 'பலனற்ற எவருக்கும் உதவாதே' என்கிறது.

நான் அடிக்கடி இந்திய கம்யூனிஸ்ட் கட்சி அலுவலகத்திற்குச் செல்லத் துவங்கினேன். அங்கு ஒவ்வொரு வெள்ளிக்கிழமையும் வாசகர் வட்டம் கூடும். ஏதாவது புத்தகம் பற்றி விவாதிப்பார்கள். சில முகங்கள் எனக்குப் பழக்கப்பட்டதாக இருந்தன. அவர்கள் ஐ.பி.டி.ஏ. நாடகக் குழுவைச் சேர்ந்தவர்கள். அவர்கள் எனக்கு நாடகப் பயிற்சி தந்தவர்கள். பல்வேறு வேலைகளிலிருந்த படித்தவர்கள் வந்து பேசினர். ஒரு முதியவரும் வருவார். அவர் கூட எனது கிராமத்திற்கு வந்து பேசியுள்ளார். சிவசங்கர சர்மா என்ற அவர், மதவாதம், ஜாதிவெறி போன்றவற்றை எதிர்த்துப் பேசினார்.

நான் அமைதியாக இருந்து அவர்கள் பேசுவதைக் கேட்பேன். ஒருமுறை லெனினின் 'ஏகாதிபத்தியம் - முதலாளித்துவத்தின் உச்சகட்டம்' எனும் நூலைப் பற்றி காரசாரமாக விவாதித்தார்கள். எனக்கு எதுவும் புரியவில்லை. பின் ஒரு நண்பர் "முதலில் இவை பற்றிக் கேட்டுப் புரிந்து கொள்ள முடியவில்லை என்று கவலைப்படாதே சில அடிப்படையான எளிய நூல்களைப் படி. பின் இந்தத் தத்துவம் பற்றி உனக்குத் தெளிவு பிறக்கும். இவற்றைத் தெரிந்து கொள்ளாமல் சமூகத்தைப் புரிந்துகொள்ளவும், மாற்றவும் முடியாது. நாம் சமூக மாற்றத்திற்கான புரட்சியாளர்கள்" என்று கூறி உற்சாக மூட்டினார்.

இதனால் நான் கைவிட்ட இலக்கியம் பற்றிய எனது ஆர்வம் மீண்டும் உண்டானது. சமூக விஞ்ஞானம் படிக்க வேண்டுமென்ற ஆர்வம் உண்டானது. எனவே புதிது புதிதாக நாவல், கவிதைகள் வரலாறு, அரசியல் பற்றிய நூல்களைத் தேடிப் படிக்கத் துவங்கினேன்.

என்னுள் ஒரு பெரிய மனப் போராட்டம் நடந்தது. ஒருபுறம் சுயமுன்னேற்றம், குடும்ப நலன், அப்பாவின் சுமையைக் குறைப்பது, வேலைக்குப் போவது என்ற எண்ணம். மறுபுறம் சமூக நலம், சமூக முன்னேற்றம் பற்றிய அக்கறை. இதில் எதைத் தேர்ந்தெடுப்பது?

எனினும் நான் பாட்னாவில் அன்னியனாகவே உணர்ந்தேன். நகரத்தவர் என்னை கிராமத்தவன், அன்னியன் என்றே பார்த்தனர். எனக்குப் பெரிதாக நண்பர்கள் யாருமில்லை. ஆனால் பீஹாரிகள் நாட்டின் பிற பகுதிகளில் அகதிகள் என விரட்டப்படுகின்றனர். வெறுக்கப்படுகின்றனர். மும்பையில் சிவசேனா பீஹார், உத்திரப்பிர தேசத்திலிருந்து வரும் ஏழைத் தொழிலாளிகள், தமது மகாராஷ்டிர மக்களின் வேலை வாய்ப்புகளைப் பறிக்கிறார்கள் என்று அடித்து விரட்டுகிறார்கள். ஆனால் வெளிமாநிலங்களிலிருந்தும் வெளிநாடு களிலுமிருந்து வரும் பணக்கார அன்னியரை அன்போடு வரவேற்று உபசரிக்கிறார்கள். ஏழைகள் தமது சொந்த சமூகத்தில்கூட அன்னியர் கள்தான். எல்லோருமே ஒரு காலத்தில் வாழ்வு தேடி ஒரு பகுதியிலிருந்து இன்னொரு பகுதிக்குப் புலம் பெயர்ந்து வந்தவர்கள் தானே?

மதம்கூட ஏழைகளை ஏற்பதில்லை. மதம் பணக்காரர் களுக்கானது. எனவே நான் மதத்தை வெறுக்கத் துவங்கினேன். நான் விவேகானந்தரின் நூல் ஒன்றைப் படித்தேன். அதில் அவர் 'பசித்தவனுக்குக் கடவுள் ரொட்டியின் வடிவிலேயே தெரிகிறார். பசித்தவன் முன் கடவுள் பற்றியும், மதம்பற்றியும், பேசுவது அவனை அவமதிப்பதே' என்றார். அவரது வார்த்தைகள் என் மனதைச்சுட்டன. மனதைத் தொட்டன ஆம்_மனிதனை மறந்த மதத்தால் என்ன பயன்?

16

அரசியலின்றி எதுவுமில்லை

இன்டர்மீடியட் முடிவு வந்தது. இரண்டாம் வகுப்பில் தேறினேன். வாழ்வு பற்றிய நம்பிக்கை துளிர்த்தது. நான் தேர்வு எழுதிய மையத்தில் நிறைய முறைகேடுகள் திட்டமிட்டு நடந்தன. காப்பியடிப்பது, ஆள் மாற்றம், தேர்வுத்தாள் மாற்றம் என்பன சர்வசாதாரணமாக நடந்தன. நான் நேர்மையுடன் தேர்வு எழுதியது ஆசிரியருக்கே ஆச்சரியமானது. எனினும் இரண்டாம் வகுப்பு என்பது மகிழ்ச்சியே தந்தது.

இனி என்ன செய்வது? துபாய் போவதா? எவ்வளவு சம்பாதித்தாலும் வெறும் ப்ரிஜ் மெக்கானிக்தான். பணம் மட்டும் போதுமா? துபாய் போனால் காசு வரலாம். செண்ட், சோப்பு, பேரிச்சம் பழம், சாக்லட்டுடன் வந்து சொந்தக்காரரிடம் பெருமை பேசலாம். அவ்வளவே.

கடைசி சில ஆண்டுகால பாட்னா வாழ்க்கை கம்யூனிஸ்ட் கட்சி தொடர்பு இதற்கு மேல் ஒரு வாழ்க்கை உண்டு என்பதைச் சொல்லித் தந்தது.

பீகாரின் வெற்றியின் அடையாளம் ஐ.ஏ.எஸ். அரசுவேலை, கார், ப்யூன், பங்களா, சுழல் விளக்கு இவையே. சமுதாயத்தின் நலனுக்கு ஒரு கலெக்டரும், டாக்டரும் எவ்வளவு முக்கியமோ, அவ்வளவு முக்கியம் ஒரு துப்புரவுத் தொழிலாளியும் என்று கம்யூனிஸ்ட் கட்சி உறவு எனக்குச் சொல்லித் தந்தது. சமுதாயத்திற்குப் பயன்பட வாழ்வதே வாழ்க்கை. எனவே பி.ஏ. படிக்க முடிவு செய்தேன். அரசு நிர்வாகத்தில் புகுந்து நல்ல மாற்றம் கொண்டு வர வேண்டும். அதற்காக கஷ்டப்பட முன் வந்தேன்.

லல்லுபிரசாத், ராப்ரி தேவி ஆட்சி முடிவுக்கு வந்தது. ஒரு புதிய மாற்றம் கண்ணுக்குத் தெரிந்தது. உலகமயம் இளைஞர்களுக்குப் பெரிய பெரிய கனவுகளைத் தந்தது. எப்படி இவற்றைப் பெறுவது? படிப்பா? குறுக்குவழியா? படிப்பு பயன்தராது என்ற விரக்தி ஒருபுறம் வளர்ந்தது.

அரசு வேலை வாய்ப்புகள் அபூர்வமானது. கிராமங்கள் சீரழிந்து வந்தன. விவசாயம் செத்துக்கொண்டிருந்தது. எங்கும் நம்பிக்கை யின்மைதான் தென்பட்டது. இளைஞர்கள் அர்த்தமற்ற போட்டியில் ஓடிக்கொண்டிருந்தனர். ஏன் ஓடுகிறோம், எதற்கு ஓடுகிறோம் என்பதே தெரியாமல் ஓடிக்கொண்டிருந்த கனவுகள். கேரட்டைப் பார்த்து ஓடும் கழுதையின் ஓட்டம். நானும் அந்த ஓட்டத்தில் ஓடுபவனானேன்.

நான் காமர்ஸ் கல்லூரியில் சேர முடிவு செய்தேன். இன்டர் மீடியட்டில் சரியான படிப்பு இல்லாததன் விளைவு, கல்லூரியில் தெரிந்தது. புவியியல், வரலாறு, சமூகவியல், இந்தி, ஆங்கிலம் எனப் புதிய பாடங்கள் பெரும் சுமையாகத் தெரிந்தன. அந்த ஆண்டு யு.பி.எஸ்.சி. அரசுப் பணிக்கான தேர்வில் 23 வயது மாணவன் முதலில் வந்தான். அவன் இலக்கியம் சமூகவியல் படித்தவன்தான். எனவே நான் எடுத்த பாடங்கள் எனக்கு நன்மை தரும் என்ற நம்பிக்கை உண்டானது. வரலாறு படிப்பது அரசுப் பணித் தேர்வுக்குப் பெரிதும் உதவும் என்றார்கள். வெற்றி பெற்ற மாணவன் படித்த படிப்பு, அவன் பேட்டியில் சொன்ன யுக்திகள்தான் அந்த ஆண்டு மாணவர்களுக்கு நல்ல வழிகாட்டியானது.

கல்லூரி நுழைந்த முதல் நாளே மாணவர் போராட்டம் அதைத் தலைமை ஏற்று நடத்தியவர் எங்கள் வாசகர் வட்டத்தில் ஒருவர். விஸ்வஜித் என்ற அந்த மாணவர் என்னைப் பார்த்ததும் வியப்புடன் வரவேற்றார்.

அவர் கையில் அகில இந்திய மாணவர் சங்கம் (ஏ.அய்.எஸ்.எஃப்.) மாணவர் மன்ற அட்டையை வைத்து முழக்கமிட்டுக் கொண்டிருந்தார். இது இந்திய கம்யூனிஸ்ட் கட்சியின் மாணவர் அணி. நான் அவர்களுடன் வாசகர் வட்டம் மூலம் நட்பு கொண்டிருந்த போதும், எனக்கு ஏ.அய்.எஸ்.எஃப். போராட்டத்தில் பெரிய ஈடுபாடு உண்டாகவில்லை. போராட்டம் முடிந்த உடன் சிற்றுண்டி வழங்கப்பட்டது.

விஸ்வஜித் என்னை அகில இந்திய மாணவர் சங்கம் (ஏ.அய்.எஸ்.எஃப்.) உறுப்பினராக வேண்டினார். நான் தயங்கினேன். யுபிஎஸ்சி. தேர்வு எழுத வேண்டும். அரசியலில் ஈடுபட்டால் கெட்டுவிடும் என்றேன். அவர், “நீ இதற்கு நேரம் எதுவும் ஒதுக்க வேண்டாம். ஆனால் நாம் நம் உரிமைகளுக்குப் போராடாவிட்டால், படிப்பு மட்டும் பயன் தராது” என்றார். எனக்கு அவர் சொன்னது எதுவும் புரியவில்லை. எதற்காகப் போராட வேண்டும்? யாருடன் போராட வேண்டும்? படிப்பதை விட்டுப் போராடினால் முன்னேற முடியுமா? என்ற கேள்விகள் என்னுள் எழுந்தன.

அவர் கல்லூரியில் நூலகம் சரியாக இல்லை. கழிப்பறைகள் இல்லை. வகுப்பில் பாடம் நடத்துவதில்லை. பெண்களை மரியாதைக் குறைவாக நடத்துகிறார்கள். இவற்றை நாம் எதிர்க்க வேண்டாமா, என்றார். எனக்கு

இவற்றில் இடுபாடு இல்லையென்ற போதும் ஏ.அய்.எஸ்.எஃப்-ல் சேர்ந்தேன். ஏ.அய்.எஸ்.எஃப்.தான் இந்தியாவின் தொன்மையான மாணவர் அமைப்பு.

படிப்படியாக மாணவர் மன்றச் செயல்பாடுகளில் ஈடுபாடு கொண்டேன். குறிப்பாகக் கருத்தரங்கு விவாதம் என்னை ஈர்த்தது. கல்லூரி விவாதங்களில் நான் பங்கு பெற்றேன். கல்லூரியில் புகழ் பெற்ற மாணவனானேன்.

விவாதத்தில் முக்கியமானது கேட்போர் உணர்வுகளை அறிவதும், அதற்கேற்பப் பேசுவதுமே. நமது பேச்சு எதிரிலுள்ளோர்க்குப் புரிய வேண்டும், கவர வேண்டும். வெறும் வார்த்தை ஜாலம் போதாது. நல்ல ஆழமான கருத்துகள் தேவை. அதற்கு நிறையப் படிக்க வேண்டும். தலைப்புக்கு ஏற்பத் தயாரிக்க வேண்டும். உலக நிகழ்வுகள் பற்றிய அறிவும் தேவை. விவசாயி பயிரிட நிலத்தைப் பண்படுத்துவது போல், ஓவியர் தனது வண்ணங்களை, முடிவு செய்வது போல, மக்கள் உணர்வுகளை அறிந்து பேச வேண்டும்.

நமது விவாதம் வெற்றிபெற சிறந்த கருத்துகள் தேவை. வீண் விவாதம் வெறுப்பூட்டும். அகங்கார வார்த்தைகள் சலிப்பூட்டும். நமது கருத்தை கேட்பவர்கள் ஏற்கவும், பாராட்டவும் ஆதாரங்கள் தரப்பட வேண்டும். நம் கருத்தை ஏற்கத்தக்க வகையில் பேச முயல வேண்டும். எதிர்த்தரப்புப் பேச்சாளரின் கருத்து, திறன் ஆகியவற்றை உணர்ந்து நம் பேச்சை வடிவமைக்க வேண்டும்.

என் விவாதத் திறனால் நான் கல்லூரியின் குறிப்பிடத்தக்க மாணவனானேன். பாட்னா விரிந்து பரந்த நகரம். இதில் சிறப்புபெற சிறப்புத் திறன் தேவை. கல்லூரி முதல்வர் என்னைப் படிப்பில் கவனம் செலுத்த அறிவுறுத்தினார். அரசியல் ஆர்ப்பாட்டம் வாழ்க்கையில் முன்னேற உதவாது என்று புத்தி சொன்னார்.

ஆனால் தகுதி வாய்ந்த அவரே அரசின் விருப்பத்தின் காரணமாகத் துன்புறுத்தப்பட்டார். ஆளும் கட்சி ஆதரவாளரான ஒருவர் திடீரென முதல்வராக்கப்பட்டார். காரணமின்றி அவர் தூக்கி வீசப்பட்டார். இப்போது நாங்கள் அவருக்கு ஆதரவாகப் போராடினோம். அவர் அரசியலின் வலிமையை, அரசின் அராஜகத்தைப் புரிந்துகொண்டார். அரசியல் எதிலும் உள்ளது. அரசியலின்றி எதுவும் இல்லை. நான் அரசியலுக்கு அப்பாற்பட்டவன், எனக்கு அரசியல் தேவையில்லை என்று எவரும் தப்பிவிட முடியாது. உலகில் அரசியல் சாராதது எதுவுமில்லை. எவரும் அரசியலிலிருந்து தப்பிவிடவும் முடியாது.

17

தில்லி சலோ

மாணவர் மன்றத்துடன், படிப்பையும் கவனித்தேன். கல்லூரியின் முன்னாள் மாணவர் ஒருவர் போட்டித் தேர்வுகளுக்கான பயிற்சி தந்துவந்தார். எனக்கு அதற்கான பணமில்லை. அவர் தாராள மனதுடன் கட்டணமின்றிப் படிக்க அனுமதித்தார்.

நான் வரலாறு, புவியியல், சமுகவியல் போன்ற பாடங்களில் வகுப்பெடுக்கவும் துவங்கினேன். ஒரு மணி நேரம் வகுப்பெடுக்க அவர் எனக்கு 15 ரூபாய் தந்தார். இது இந்தியில் சொல்லிக்கொடுக்க. ஆனால் ஆங்கிலத்தில் வகுப்பெடுத்தால் 20 ரூபாய் கிடைக்கும்.

நான் மிகவும் சுறுசுறுப்பாகப் படிப்பு, மாணவர் மன்றம், டியூஷன் என்று ஓடிக்கொண்டே இருந்தேன். காலம் வேகமாக ஓடியது. படிப்புடன் வருமானமும் கிடைத்தது. பி.ஏ. முடித்துவிட்டு எம்.ஏ. படிக்க நினைத்தேன்.

கல்லூரியில் சேராமல், தொலைதூர அஞ்சல் கல்வி மூலம் படித்தால் டியூஷன் எடுக்கவும் நேரம் கிடைக்குமென நினைத்தேன். நாளந்தா பல்கலைக் கழகத்தில் எம்.ஏ. சமூகவியலில் சேர்ந்தேன். யு.பி.எஸ்.சி. தேர்வு எழுதவும் முயன்றேன். வேலையில் சேர்ந்து விட்டால் சமூக சேவையில் ஈடுபட முடியாது. சமூக மாற்றத்தைச் சம்பாதிக்கத் துவங்கினால் செய்ய முடியாது.

எப்படியோ படிக்கத் துவங்கினேன். சம்பாதித்தால்தான் செலவுகளை ஈடு செய்ய முடியும். தில்லியில் இதே பாடங்களைச் சொல்லித் தருபவர்களுக்கு ஆயிரம் ரூபாய்கள் தரப்படுவதாகச் சொன்னார்கள். இதன்

மூலம் படிப்பு யு.பி.எஸ்.சி. தேர்வு என அனைத்தையும் செய்ய முடியும். தில்லி செல்லும் ஆசை வளர்ந்தது.

நாம் தேர்வு செய்யும் பாதைதான் நம் எதிர்காலத்தை முடிவு செய்கிறது. கிராமத்திலேயே இருந்திருந்தால் படிப்பில்லை, வேலையில்லை, முன்னேற்றமில்லை. பாட்னா நகரம் எனக்கு முற்போக்கான வாழ்வுக்கு வழிகாட்டியது. இப்போது எனக்கு பாட்னா வானம் போதுமானதாகத் தெரியவில்லை. உயர உயரப் பறக்கும் ஆசைகொண்ட கடற்பறவையானேன்.

பாட்னா எனக்குப் புதிய பரந்த உலகைக் காட்டியது. ஆனால் பாட்னா என் கிராம வாழ்விலிருந்து பெரிதாக மாறுபட்டதாக இல்லை.

தில்லி போவது ஒரு புதிய உலகில் நுழைவது போலத்தான். இந்த பிஹாரி வாழ்க்கை அங்கு செல்லாது என் கிராமத்தை விட்டு, குடும்பத்தை விட்டு வெகுதொலைவு செல்கிறேன் என்பதே ஒரு அச்சத்தைத் தந்தது. அங்கு எப்படி இருக்குமோ? எப்படி வாழ வேண்டுமோ? தில்லி வாழ்க்கைக்குப் பொருந்துவேனா, மாட்டேனா? இப்படி நிறையக் கேள்விகள்.

என் குடும்பம் இதை எப்படி ஏற்கும்? அவர்களுக்கு பாட்னா, தில்லி எல்லாம் ஒன்றுதான். கிராமத்தை விட்டு வெளியே போனால் எங்கானால் என்ன? என் படிப்பையும், என் தேவைகளையும், அவர்களுக்குத் தொல்லைத்தராமல் சமாளித்துக் கொண்டால் சரி. நான் சமாளித்துக் கொள்வேன் என்ற நம்பிக்கை எனக்கு உருவாகிவிட்டது.

2009ல் தில்லி புறப்பட்டேன். புதிய வானம், புதிய காற்று எனக்காகக் காத்திருந்தது. தில்லி செல்லும்போது பெரிய சுமைகள் பெரிய பெட்டி புத்தகங்கள் கம்யூட்டர், லேப்டாப். பெரிய கனவுகளுடன் தில்லியில் கால் பதித்தேன். நாட்டின் தலை நகரம். படிப்பது, படிப்புச் சொல்லிக் கொடுப்பது, சமூக வேலை செய்வது எனப் புதிய பாதையில் பயணம் துவங்கியது.

18

சுரண்டல் மாநகரம் தில்லி

பாட்னாவிலிருந்து தில்லி செல்லும் ரயிலின் பெயர் ‘முழுப் புரட்சி.’ இது இந்திரா காந்தியின் நெருக்கடி நிலைக் கொடுமைகளை எதிர்த்து சோசலிஸ்ட் தலைவர் ஜெயபிரகாஷ் நாரயண் 1970ல் அறிவித்த முழுப்புரட்சியின் நினைவாக வைக்கப்பட்ட பெயர். விடுதலைப் போராட்டகால காந்தியத் தொண்டரான அவர் இந்தியாவிற்கான சோசலிசம் பற்றிச் சிந்தித்தவர். அவரது புதிய இந்தியச் சிந்தனைக்கான முழுப் புரட்சி (சம்பூர்ண கரந்தி) ரயிலில் ஜூலை மாதத்தில் தில்லி சென்றடைந்தேன்.

அப்போது காங்கிரஸ் கூட்டணியின் ஐ.மு.கூ II அரசு அமைந்திருந்த சமயம். எனவே பயணம் முழுதும் தீவிரமான அரசியல் விவாத மேடையாக ரயில்பெட்டி மாறியிருந்தது. அரசின் பல புதிய பொருளா தாரத் திட்டங்களுக்கு எதிரான உணர்வு வளர்ந்து கொண்டிருந்தது. காங்கிரஸ் ஆதரவாளர்கள் கூட வாய்திறக்க முடியாத அளவு எதிர்ப்பு ஓங்கியிருந்தது.

நாங்கள் வேலையின்மை பற்றியும், விவசாயிகள் தற்கொலைகள் பற்றியும் தீவிரமாக விவாதித்து வந்தோம். அரசு கடன் தள்ளுபடி போன்ற நடவடிக்கைகளால் தற்கொலைகள் சற்றும் குறையவில்லை. பொருளாதார வளர்ச்சி அதிகமாக வேண்டும். வெறும் பங்குச்சந்தை ஏற்றம் பயன் தராது. வேலையின்மையும், தற்கொலைகளும் பெருகி வரும் போது, பொருளாதாரக் கணக்கு வெறும் ஏமாற்றே. விவாதங்களின் முடிவற்ற நிலையில் தில்லி வந்து சேர்ந்தோம்.

என்னிடமிருந்த ஏகப்பட்ட சுமைகளை இறக்கி வைத்து ஒரு கூலியை எதிர்பார்த்தேன். கூலியில்லாமல் நகர முடியாது என்பதை நன்கு தெரிந்து கொண்ட அவர் அதிகமான கூலி கேட்டார். நான் பின் ஒரு

தள்ளுவண்டியை எடுத்து வந்தேன்: அதை ஏற்றி வெளியே கொண்டு வந்தவர் குறைவான கூலியே கேட்டார்.

ஸ்டேஷனை விட்டுவெளியே வந்தேன். ஒரு பெண் ராட்டையுடன் கூடிய மூவர்ணக் கொடியை என் மார்பில் குத்த வந்தார். நான் தடுத்து நிறுத்திவிட்டேன். இப்படிக் கொடியைக் குத்தி பத்து ரூபாய் தா எனச் சண்டை போடும் பெண்களை நான் சென்ற முறை ஏ.அய்.எஸ்.எஃப். மாநாட்டிற்கு வந்தபோது கண்ட அனுபவம்.

நான் மேற்கு தில்லியிலுள்ள துவரகா மோர் என்ற இடத்திலுள்ள என் நண்பர் வீட்டில் என் பொருட்களை வைக்க வேண்டும். பின்னர் முகர்ஜி நகரில் தங்குவதற்கு ஒரு இடம் பிடிக்க வேண்டும். வடக்கு தில்லியில் தில்லி பல்கலைக் கழகத்தைச் சுற்றி நிறைய யு.பி.எஸ்.சி. தேர்வுக்குப் பயிற்றுவிக்கும் மையங்கள் உள்ளன. இந்த இடத்தில் வசித்தால் எல்லா வேலைகளையும் அருகருகே முடித்து விடலாம்.

ஆட்டோகாரரர் அங்கு செல்ல 350 ரூபாய் கேட்டார். பாட்னா விலிருந்து தில்லி வந்த கட்டணத்தைவிட அதிகமாக இருந்தது. இதை அவரிடம் சொன்னபோது, “350 ரூபாய்தான் ஆகும். வேண்டுமானால் பாட்னா திரும்பிப் போய்விடு” என்றார். இது தில்லி மாநகரின் கிண்டலா? திமிரா?

எல்லா ஆட்டோக்காரரும் சொல்லி வைத்தாற்போல 350 தான் கேட்டார்கள். வேறு வழியின்றி ஒரு ஆட்டோவில் ஏறினேன். தில்லி நுழைவே எரிச்சலும், வெறுப்புமானது. உலகம் முழுதிலுமிருந்து வருவோரை தில்லி வரவேற்பது இப்படித்தான். தில்லி நகரப்பேருந்து, மெட்ரோ போன்றவற்றில் கட்டணம் குறைவு. எனவே பொதுப் போக்குவரத்துத்துறை சிறப்பாக நடக்கப் போராடுவது ஏழை மக்களுக்கான போராட்டம்தான். தனியார் அமைப்புகள் யாவும் ஏழைகளைச் சுரண்டி லாபம் சம்பாதிப்பனவே.

நான் ஜி.டி.பி. நகர் மெட்ரோவில் இறங்கி, பட்ரா சினிமா அரங்கிற்கு ஒரு ஷேர் ஆட்டோவில் சென்றேன். ஒவ்வொருவருக்கும் 5 ரூபாய் கட்டணம். எனக்கு அது தெரியாமல் கட்டணம் எவ்வளவு என்று கேட்டேன். நல்லவேளை அவர் ஏமாற்ற முயலும் முன் ஒருவர் 5 ரூபாய் கொடுத்துவிட்டுச் செல்வதைப் பார்த்து, நானும் 5 ரூபாய் மட்டும் கொடுத்து நகர்ந்தேன். இந்த மாநகரின் மனநிலையைப் புரிந்து கொள்வது மிகவும் சிரமமான ஒன்றுதான்.

ஒவ்வொரு முறையும் புதியவர்கள் ஏமாற்றப்படுவார்கள். புதியவர்கள் கிடைத்துவிட்டால் கூட்டு சேர்ந்து ஏமாற்றுவார்கள். பொருட்கள் அதிகம் எடுத்து வருபவர்களைச் சுரண்டித் தள்ளிவிடு வார்கள். இதற்கென ஒரு கூட்டமே உள்ளது. ஆள் பிடித்துத் தரு

பவனுக்குக் கமிஷன் உண்டு. ஒவ்வொரு இடத்திலும் தரகர், தாதா எனச் சின்னக் கொள்ளையர்கள் இருப்பார்கள். ஒவ்வொரு இடத்திலும் புதியவர்கள் ஏமாற்றப்படுவர்.

பயண வழியில் ஆட்டோகாரர் பீஹாரி என்பதைத் தெரிந்து கொண்டேன். தில்லியில் பெரும்பாலான ஆட்டோ ஓட்டுனர்கள், கூலிகள் பீகாரிகள்தான் என்றார்.

மாலை எனக்கான அறையை முகர்ஜி நகரில் கண்டுபிடிக்க, தில்லி மாநகரப் பேருந்தில் பயணித்தேன். பொதுப் போக்குவரத்தான பேருந்து, மெட்ரோ போன்றவற்றில் கட்டணம் குறைவு. ஏழைகளுக்கு அதுவே சிறந்தது. எனவே பொதுப் போக்குவரத்துத்துறை சிறப்புற இயங்கப் போராடுவது ஏழைகள் நலனுக்கான போராட்டமே. ஷேர் ஆட்டோக் களில் கூடப் புதியவர்கள் ஏறிவிட்டால் அதிகம் பிடுங்கிவிடுவார்கள்.

தங்க இடம் பிடிக்கவும் தரகர்கள் உண்டு. அவர்கள் மோசமான இடத்தை அதிக வாடகைக்குத் தலையில் கட்டிவிடுவார்கள். இதற்கான நல்ல தரகர் கிடைத்தால் உண்டு. அப்படிப்பட்டவர் நமது தேவை, நமது பொருளாதார நிலை ஆகியவற்றைக் கேட்டு அதற்கேற்ப ஏற்பாடு செய்வார். நான் மாதம் 2000 ரூபாய் அறை வேண்டுமென்றேன். அவர் நேரு நகரில்தான் மலிவான அறைகள் கிடைக்குமென்றார்.

நேரு நகரில் அறை தேடிச் சுற்றினேன். ஆங்காங்கே சிறு சுவரொட்டிகள் மலிவான தங்குமிடம் என்று எழுதி ஒட்டப் பட்டிருந்தன. சிலவற்றில் பெண் பார்ட்னர் தேவை என்றுகூட இருந்தது. இது மாநகரின் தாராளமனதை உணர்த்துவதா? சீர்கேட்டை உணர்த்துவதா? ஒரு விளம்பரத்தில் 3300 என்று வாடகையும் எழுதப்பட்டிருந்தது. நான் அதில் குறிப்பிட்டிருந்த தொலைபேசிக்குத் தொடர்புகொண்டேன்.

நான் இந்தியில் பேசினேன். அவர் ஆங்கிலத்தில் பேசச் சொன்னார். அவரைத் தேடிப் போனேன். அவர் ஒரு மலையாளி. அது சின்ன அறை, அதில் ஒரு மேஜை. நாற்காலி இருந்தது. வெளியே குளியலறை, தண்ணீர் எடுத்துப் போய்த்தான் குளிக்க வேண்டும். எனக்கு ரூ1600 மின்கட்டணம் உட்பட என்றார் அந்த நல்ல மனிதர். மகிழ்ச்சியுடன் ஒப்புக் கொண்டேன்.

நான் என் பொருட்களுடன் புதிய இடத்திற்குப் புறப்பட்டேன், இடைத்தரகரின்றி மலிவாக ஒரு இடத்தைப் பிடித்ததில் மகிழ்ச்சி. தில்லியில் ஒவ்வொரு நாளும் புதுப்புது அனுபவம். யார் நல்லவர், யார் கெட்டவர் என்பதே புரியவில்லை. ஒவ்வொரு நாளும் ஒரு புதிய அனுபவம் தந்தது. நான் தில்லிவாசியாகக் கற்றுக்கொண்டேன்.

19
புதிய மனிதனானேன்

திடீரென ஒருநாள் என் அறை நண்பர்தான் வேறுயிடம் போக வேண்டுமென்றார். அவர் சென்றுவிட்டால் அறை வாடகை முழுதையும் எப்படித் தருவது என்ற கேள்வி எனக்குப் பெரும் அதிர்ச்சியாக வந்தது. நான் எப்படிப் பிற செலவுகளை சமாளிப்பது? படிப்பது?

நல்லவேளை அஸ்ஸாமிலிருந்து என் அண்ணன் எனக்கு பண உதவி செய்வதாகக் கூறினார். நான் ஓரளவு நிம்மதி அடைந்தேன். எனினும் எனக்கு ஒரு புதிய அறை நண்பரைப் பெற்றுவிட்டால் செலவு குறையும். எனவே இனி போஸ்டர் எழுதும் வேலை எனக்கு வந்து சேர்ந்தது. யாராவது போன் செய்வார்களா என்று காத்திருந்தேன்.

ஒரு வாரம் யாராவது அறை கேட்பார்கள் என்று காத்திருந்தேன். என் சுவரொட்டியை யாராவது கிழித்து விட்டார்களா என்ற சந்தேகம். போய்ப் பார்த்தால் என் விளம்பரத்தின் மீது யாரோ தனது எண்ணை ஒட்டி வைத்திருந்தார். மனிதர்கள் தான் வாழ்ந்தால் போதுமென்று வாழ்பவர்களே.

ஒருநாள் வழியில் எனது பிஹாரி நண்பரைப் பார்த்தேன். அவர் எச்.டி.எஃப்.சி வங்கியில் வேலை செய்து கொண்டே யு.பி.எஸ்.சி தேர்வுக்குத் தயார் செய்து கொண்டுள்ளதாகச் சொன்னார். அவர் கதை என்னுடையது போலவே ஒரு சோகக் கதையாக இருந்தது. பறவைகள் போல மனிதர்கள் வாழ்வு தேடிப் பறந்துகொண்டே இருக்கிறார்கள். ஒவ்வொருவர் மனதிலும் ஒரு பெரிய கனவு. ஆனால் நாளைப் பொழுது நல்லபடி விடியும் என்ற நம்பிக்கையில்தான் மனிதர்கள் வாழ்ந்து கொண்டுள்ளார்கள். இந்த நம்பிக்கை மட்டும் இல்லையென்றால், எப்படி வாழ்வது?

என் நண்பர் தில்லியின் வேறொரு பகுதியில் ஒரு அறை காலியாக உள்ளது என்றார். நாலாவது மாடியில். என்ன செய்ய பணம்தான் எதையும் முடிவு செய்கிறது. எனவே புதிய கூடுதேடிப் பறந்தேன்.

வாழ்க்கை ஒவ்வொரு அடுக்காக அடுக்கப்பட்டுள்ளது. வசதி வாய்ந்தவர்கள் ஒரு அடுக்கு, வசதியற்றவர்களுக்கு ஒரு அடுக்கு. தனது தகுதிக்கேற்ற கூட்டில் முடங்கிப் போக வேண்டியதுதான். வசதியற்றவன் வசதி பற்றி எதிர்பார்ப்பது வீண். கூட்டம் நெருக்கடி, வசதி குறைவு, இரைச்சல் மிகுந்த ஒரு கூட்டுக்குக் குடிபோனேன். ஏழைகளுக்குத் தேர்வு செய்யும் உரிமை இல்லை.

அந்த அறைக்கு போனேன். எனக்கு ஏற்ற ஒரு அறை நண்பர் தேட வேண்டும். மீண்டும் போஸ்டர். நல்ல வேளை மறுநாளே ஒரு போன் வந்தது. பேசியவர் ஒரு உத்திரப்பிரதேசக்காரர், பியூஷ். அவரது அப்பா ஒரு அரசு அலுவலர். அவருக்கு தில்லி பல்கலைக் கழகம் பற்றி நன்கு தெரியும். மிகவும் மரியாதையானவர். அவர் இயல்பாகப் பழகினார். ஓரளவு வசதிவாய்ந்த குடும்பத்திலிருந்து வந்தவராக இருந்தார். நிறைய ஆங்கிலப் புத்தகங்களைக் கொண்டு வந்திருந்தார். தில்லி முழுவதையும் நன்கு தெரிந்தவராக இருந்தார்.

வெளியில் சாப்பிடுவது அதிக செலவானது. எனவே நாம் சமைத்துச் சாப்பிடலாமா என்று அவரிடம் கேட்டேன். நாங்கள் சமைப்பதற்கும், துவைப்பதற்கும் ஒரு ஆள் வைத்துக் கொண்டோம். என் அறை நண்பர் எனக்குப் பெரும் துணையாகவும், உதவியாகவும் அமைந்திருந்தார். நாங்கள் நல்ல நண்பர்களாக இருந்தோம். அவரது வருகை எனக்கு அமைதி தந்தது. வறண்ட பூமியில் மழைபோல அவரது நட்பு அமைந்தது. அவர் எனக்குப் பெரும் துணையாக உதவினார். அவர் மிகவும் நாகரீகமாகப் பழகினார். நண்பர்கள் வருகிறார்கள் என்றால் முன்பே தெரிவிப்பார். பெண் நண்பர்கள் வருவார்கள். அவர்களுடன் மிகுந்த நாகரிகத்துடன் நடந்துகொள்வார்.

ஆனால் அவரது நேரமும் எனது நேரமும் ஒத்துவராது. நான் தூங்கும்போது அவர் விழித்திருந்து படிப்பார். அறையைச் சுத்தம் செய்யும் வேலையை நான்தான் பெரும்பாலும் செய்வேன். ஒரு நாள் நான் அறையைச் சுத்தம் செய்யும்போது. அவரது சான்றிதழைக் கண்டேன். அதைப் பார்த்த போதுதான் தெரிந்தது அவர் ஒரு தலித் என்பது. ஜாதி பற்றிய எனது கற்பனை முடிவுகள் சிதறிப்போயின. ப்யூஷ் ஏதோ மேல் ஜாதி, பணக்காரர் வீட்டுப் பிள்ளை என்றே அவரது நடவடிக்கைகள் கொண்டு முடிவு செய்திருந்தேன். அவரது தாராளமனம். சிறந்த ஆங்கில அறிவு, பணம் தேவைப்படும்போது உதவும் பண்பு என அவர் என்னை வியக்கச் செய்தவராகவே இருந்தார்.

என் தில்லி வாழ்க்கை எனக்கு தினமும் புதிய புதிய பாடங்களைக் கற்றுத்தந்தது. நிறைய வாய்ப்புகளையும், சவால்களையும் சந்தித்தேன். பலதரப்பட்ட மனிதர்கள் உறவு கிடைத்தது. அதேபோல நிறைய ஏற்றத் தாழ்வுகள் இருந்தன.

என் உடை, பேச்சு, நடத்தை யாவும் மெல்ல மாறின. சுத்தமான சலவை செய்த ஆடையே அணிந்தேன். என் தோற்றம் பிறர் மதிக்கும்படி இருக்க வேண்டுமென்பதில் கவனமாக இருந்தேன்.

நான் பேசும் இந்தி, பீஹாரிகளின் மித்லி, போஜ்பூரி கலந்து கொச்சையாகவே இருந்தது. கேலிக்குரியதாகக் கருதப்பட்ட அதை நான் கொஞ்சம் கொஞ்சமாக மாற்றிக் கொண்டு நல்ல இந்தியில் பேசப் பழகினேன். மெட்ரோவில் பயணிக்கும் போது நாகரிகமறியாத பீஹாரிகள் தரையிலமர்ந்து பயணிப்பது வழக்கம். நான் அதை மாற்றிக் கொண்டவன், உரக்கப் பேசுவது. பிறர் இருப்பதை மதிக்காமல் நடந்துகொள்வது போன்ற அநாகரிகப் பழக்கங்களை மாற்றிக் கொண்டேன்.

எனது பேச்சு, பழக்க வழக்கம் யாவும் மாறி நகரவாசி போல என்னை மாற்றிக்கொண்டேன். இந்த மாற்றங்கள் என்னைப் புதிய மனிதனாக்கியது.

20

போராட்டமே வாழ்வாகிறது

அரசியல் செயல்பாடுகளிலிருந்து விலகி நிற்க முடிவு செய்தேன். படிப்பு; யு.பி.எஸ்.சி. தேர்வு இவற்றிற்கே கவனம் செலுத்த நினைத்தேன். ஆனால் என் கண்முன் நடைபெற்ற இரு நிகழ்வுகள் என்னை ஏ.அய்.எஃ.எஸ்-ல் ஈடுபாடு கொள்ளத் தூண்டின.

'ஜன்சித்ன ப்ரகாசின்' என்பது புத்தகங்கள் விற்கும் வாகனத்தில் நகர்முழுதும் சென்று புத்தகம் விற்கும் இடதுசாரி நிறுவனம். 2010 ஜனவரியில் ஆர்.எஸ்.எஸ்.காரர்கள் அந்த வாகனத்தை அடித்து நொறுக்கினர். அதை எதிர்த்து விவேகானந்தர் சிலையருகில் ஏ.அய்.எஸ்.எஃப். ஒரு ஆர்ப்பாட்டத்தை நடத்தியது.

தில்லி பல்கலைக்கழகம் அருகே நடைபெற்ற அந்தப் போராட்டத்தில் கலந்து கொண்டேன். புத்தகம் விற்ற மாணவர்களைத் தாக்குவது என்ன ஜனநாயகம்? அந்த ஆர்பாட்டத்திலும் பிஜேபியின் மாணவரமைப் பான அகில இந்திய வித்யா பரிக்ஷித் (ஏ.பி.வி.பி.) கலகம் செய்தது. நான் பாட்னாவில் பல போராட்டங்களைப் பார்த்திருக்கிறேன். அதில் கோஷம், தட்டி என்பன கலை உணர்வின்றி வெறும் கோபம், வெறுப்பை வெளிப் படுத்துவதாகவே இருக்கும். தில்லியில் நடந்த ஆர்ப்பாட்டம் முற்றிலும் வேறுபட்டிருந்தது. கோஷங்கள் தெளிவாகப் பாடல்கள் போலக் கவரும் முறையிலிருந்தது. அது மக்களை ஈர்க்கும் வகையில் அழகுணர்ச்சியுடன் அமைந்திருந்தது.

கூடி நின்றவர்களும் மாறுபட்டவர்களாக இருந்தனர். படித்தவர்கள், நன்கு உடை உடுத்திய மேல்தட்டு இளைஞர்கள் கூடி அழகாக கோஷ மிட்டனர். அந்த அமைப்பும், முறையும் என்னைப் பெரிதும் கவர்ந்தது. வலதுசாரி மதவாத எழுச்சியின் ஆபத்தையும், அதை எதிர்க்க வேண்டிய அவசியத்தையும் உணர்ந்தேன்.

நேரு விஹார் பிஹாரிகள் அதிகம் வசிக்கும் பகுதி. காய்கறி விற்கும் எளிய மனிதர்கள். அவர்களுக்கு எதிரான வன்முறைத் தாக்கு தல்கள் அடிக்கடி நடந்து வந்தன. ராம்லீலா, தேவி ஜாக்ரன் என இரு கொண்டாட்ட நிகழ்ச்சிகள் நடக்கும் பிஹாரிகள் விஸ்வகர்மா பூஜை நடத்துவர். மாணவர்கள் சரஸ்வதி பூஜை நடத்துவர். அது சமயம் இரு குழுக் களிடையே வாக்குவாதமும் மோதலும் நடந்தது.

சாலையோரம் கிரிக்கெட் விளையாடிக் கொண்டிருந்த அப்பகுதி மாணவர்கள், பிகாரிகளுடன் சண்டை போட்டனர். அது வளர்ந்து பெரும் மோதலானது. இது வளர்வது தவறு என்று நான் நினைத்தேன். ஆனால் இதைத் தடுப்பது அவ்வளவு எளிதல்ல என்பதையும் உணர்ந்தேன். எனவே ஏ.அய்.எஸ்.எஃப். உதவியை நாடினேன். தில்லி பல்கலைக் கழகத்தில் சட்டப் படிப்பு படித்துவந்த மாணவர் தலைவரைச் சந்தித்து இதுபற்றிப் பேசினேன். ஏ.அய்.எஸ்.எஃப். தில்லியில் பெரும் வலிமை பெற்ற அமைப்பு அல்ல. அதில் மாணவர்களும் குறைவே. ஆனால் உள்ளூர் அரசியல் தலைவர் களுடன் தொடர்புண்டு. எனவே அரசியல் தலைவர்களை நாடித் தீர்வு காண முயலலாம் என நினைத்தேன்.

தகராறு, போலீஸ் எனப் போவது பிரச்சினையை மேலும் சிக்க லாக்கும். ஆனால் எப்படியாவது மோதலைத் தடுக்க நினைத்தேன். படிப்பு முக்கியம் என்று ஒதுங்கி இருந்தவனிடம் சிறு மாற்றம் வந்தது. எனவே நம்பிக்கையுடன் நிலைமை மோசமாகி விடாமல் தடுக்க, அரசியல் தலைவர் களின் உதவியை நாட முடிவு செய்தேன்.

நேருவிஹாரின் அரசியல் சூழலை அறிய முயன்றேன். புலம் பெயர்ந்து வந்த பிஹாரிகளும் உதவ முன் வந்தனர். அப்பகுதியின் மேல்தட்டு மக்களுக்கு இவை பற்றியெல்லாம் கவலையேதுமில்லை. தில்லி பல்கலைக் கழகம் அருகில் உள்ளதால் அங்கு வாழ்கிறார்கள், அவ்வளவே. ஆனால் அப்பகுதியில் வாழும் மாணவர்கள், பயிற்சி மையங்கள் எல்லாம் இந்த சிறு வியாபாரிகளான பிஹாரிகளால் பயன்பெறுபவர்களே. இங்கு முதன் முதலாக வந்து குடியேறியவர்கள் பிஹாரிகளும், பாகிஸ்தானிலிருந்து வந்த அகதிகளுமே.

ஆனால் புதிதாக வந்து குடியேறிய மேல்தட்டுவாசிகள் ஆணவத் துடன் அவர்களைக் கேவலமாகவே கருதினர். அப்பகுதியின் தேவைகளை வழங்குவோர் புலம்பெயர்ந்த ஏழைகளே. அவர்களைக் கேவலமாக பிஹாரிகள் என்றழைத்து, அவமானப்படுத்துவதை அவர்கள் விரும்ப வில்லை. இப்படிப் பல்வேறு முரண்பாடுகளில் கொதித்துக் கொண்டி ருந்தது அப்பகுதி.

புத்தக வாகனம் மீதான தாக்குதல் திட்டமிட்ட ஒன்று. குஜராத் வன்முறை போலத் தூண்டிவிடப்பட்ட பழிவாங்கல். இரண்டாவதான

ஏழை பிஹாரி வியாபாரிகள் மீதான தாக்குதல், இருவேறு தரம் சார்ந்த மக்களிடையே நீண்ட நாட்களாகப் புகைந்து, வளர்ந்து வந்த பகை. அது மும்பைக் கலவரம் போன்றது. இத்தகைய பகையும், பழிவாங்கலும், மோதலும் எப்படியோ நாடு முழுதும் ஏதோ ஒரு வடிவத்தில் வளர்த்துப்பட்டுக் கொண்டே உள்ளது.

நான் படித்தவன் என்ற மமதையுடன் சமூகக் கடமைகளை ஒதுக்கிச் செல்வது எனக்கே ஆபத்தாக முடியும். நான் சமூகத்திற்கு எதைத் தருகிறேனோ, அதையே சமூகத்திடமிருந்து பெற முடியும். அநீதிகள் பிறருக்கு நடப்பதைக் கண்டு, எனக்கு நடக்கவில்லை என்று விலகிப் போகிறவன், பாதிக்கப்படும்போது சமூகம் அவனுக்குத் துணைவராது. சமூகத்திற்கு உதவுபவனுக்கு, சமூகம் உதவும். நான் சமூகப் போராளி யாவதன் மூலமே நான் சமுதாயத்தில் வாழ முடியும் என்று முடிவு செய்தேன்.

விஸ்வஜித் பாட்னாவில் ஒரு ஏ.அய்.எஸ்.எஃப். கூட்டத்தில் சொன்னது என் நினைவுக்கு வந்தது. “போராடுவதற்குப் படி, மாற்றங்கள் கொண்டுவரப் படி” என்றார். மாணவர் மன்றத்தை பலப்படுத்துவதன் மூலமே சமூகத்திற்கு உதவ முடியும். பலவீனமானவர்களுக்கு வலுவான அமைப்பு தேவை.

வாசகர் வட்டத்திற்கு அடிக்கடிச் சென்றேன். விவாதங்களில் பங்கேற்றேன். செய்தித்தாளை தினமும் வாசிப்பது, ஏதாவது ஒரு புத்த கத்தைப் படிப்பது என்பது எனது தினசரிப் பழக்கமானது. ஒரு கூட்டத்திற்கு லண்டனிலிருந்து பொருளாதார நிபுணர் ப்ரீதம்சிங் வந்து, இந்தியப் பொருளாதாரம் பற்றிப் பேசினார். நான் பல கேள்விகளைக் கேட்டேன். வேலையின்மை பற்றி ஆழமாக ஆய்வு செய்ய அவர் வலியுறுத்தினார்.

நான் விரைவில் ஒரு ஆய்வுக் கட்டுரை தயார் செய்தேன். வழக்கமான மார்க்சியப் பார்வையிலிருந்து சற்று விலகிச் சிந்தித்தேன். மக்கள் தொகையே பிரச்சினைகளுக்குக் காரணம் என்பதை மார்க்ஸ் ஏற்கவில்லை. செல்வம் சிலரிடமே குவிவதுதான் சமூகப் பிரச்சினைகள் யாவற்றிற்கும் அடிப்படைக் காரணம் என்றார். எனினும் கட்டுப்பாடற்ற மக்கள் தொகைப் பெருக்கம், விஞ்ஞானம் வாழ்நாளை அதிகரித்து வரும் காலத்தில் நிச்சயம் பிரச்சினைகளை உருவாக்கும் என்பதை நான் குறிப் பிட்டேன்.

ஜவஹர்லால் நேரு பல்கலைக்கழகப் பேராசிரியர் எஸ்.என். மலாகர் அக்கூட்டத்தில் கலந்து கொண்டார். அவரைப் போன்ற பேராசிரியரைச் சந்திப்பது அதுவே முதல்முறை. நான் ஜே.என்.யு க்குப் போனதில்லை. ஆனால் பல நண்பர்கள் அழைத்தனர். யு.எஸ்.பி.சி. தேர்வு எழுதி முடிப்பதே என் லட்சியமாக இருந்தது. வேறு எதிலும் என் கவனத்தைத் திருப்ப விரும்பவில்லை.

பேராசிரியர் மலாகர் என் கருத்தை ஏற்கவில்லை. முதலாளித்துவப் பேராசையே சமத்துவமின்மை, வறுமை ஆகியவற்றிற்குக் காரணம் என்றார். நான் என் கருத்தில் உறுதியாக நின்றேன். விவாதம் தொடர்ந்தது. யாரும் வெற்றி பெறவில்லை. நான் கருத்து வேறுபாடு கொண்ட போதும், அவர் என்னை சமத்துவத்துடன் நடத்தியது எனக்குப் பெருமையாக இருந்தது.

நான் ஜே.என்.யு. வின் மாணவர் தலைவராகப் போட்டியிட்டவரை ஆதரித்துப் பிரச்சாரம் செய்தேன். மாணவர் அரசியலைப் புரிந்து கொள்ளத் துவங்கினேன். ஏபிவிபி, காங்கிரசின் தேசிய மாணவர் யூனியனும் பணம், மது போன்றவற்றைத் தந்து வாக்குபெற முயன்றன. அரசியல் கட்சிகளும் நேரடியாகவே தேர்தலில் ஈடுபாடு காட்டின. மனோஜ் திவாரி என்ற பிஹாரி பாடகரை அழைத்து வந்து கச்சேரி நடத்தினர். காங்கிரஸ் சினிமா நடிகர்களை அழைத்து வந்தது.

வாக்காளர்களைக் கவர எதையும் செய்வது என்ற அரசியல் கட்சிகளின் யுக்தி, மாணவர் அமைப்புகளிலும் நுழைந்தது. இப்படிப் பட்ட மலிவான யுக்திகள் மாணவர்களின் தரத்தையும், சிந்தனையையும், எதிர்காலத்தையும் பாதிக்கும் என்பதை எவரும் உணரவில்லை.

பாட்னாவில் நாங்கள் மாணவர் உரிமைக்காகப் போராடியது போன்ற நிலை தில்லியில் இல்லை. பணம் விளையாடும் தில்லி சூழலில், ஏ.அய்.எஸ்.எஃப். போன்ற வசதியற்ற அமைப்புகள் வெற்றி பெறுவது கடினம். என்ற போதும், ஒரு ஏ.அய்.எஸ்.எஃப். மாணவர் தேர்தலில் வெற்றிபெற்றார்.

கம்யூனிஸ்ட் கட்சியுடன் எனது தொடர்பு நாளுக்கு நாள் வளர்ந்து வந்தது. எழுத்தாளர்கள், சிந்தனையாளர்கள் உறவு வளர்ந்தது. அனில் ராஜிம்வாலே, கிருஷ்ணஜா போன்றோர் தொடர்பால் மார்க்சிய தத்துவம் பற்றி அறியத் துவங்கினேன். அவருடன் சோவியத் யூனியனில் கம்யூனிசம் தோற்றது ஏன் என்பதைப் பற்றிக் கேட்டறிந்தேன். இந்தியாவில் கம்யூனிசம் எப்படி வெற்றி பெறமுடியும் என்பது பற்றியும் விவாதித்தோம். நான் ஏ.அய்.எஸ்.எஃப். -ல் தீவிரமாகப் பங்கேற்கத் துவங்கினேன். இந்திய அரசியல் பற்றியும் கற்றுக் கொள்ளத் துவங்கினேன்.

21

எதைப் படிப்பது?

தில்லி, காமன்வெல்த் விளையாட்டுக்குக் கோலாகலமாகத் தயாராகிக் கொண்டிருந்தது. தில்லியின் ஒவ்வொரு இளைஞரும் விளையாட்டுக்கு உதவும் சேவகராகப் பதிவு செய்துகொண்டனர். இதற்கு தேசபக்தியல்ல காரணம். பனியன், தொப்பி, ஷு எல்லாம் கிடைக்கும் என்பதுதான் காரணம்.

ஆடம்பர ஏற்பாடு, அலங்காரம், கோடிக்கணக்கில் செலவுகள் நடந்து கொண்டிருந்தன. தில்லி நகரப் பிச்சைக்காரர்கள் சுற்றி வளைக்கப்பட்டு நொய்டாவில் அடைக்கப்பட்டனர். தில்லி பிச்சைக் காரரற்ற நகரமாகச் சுத்தமானது. சேரிகள் ஒழிக்கப்பட முடியா விட்டாலும், திரை போட்டு மறைக்கப்பட்டன. பெரிய, பெரிய ப்ளெக்ஸ் போர்டுகள், டீவித் திரைகள் நகரின் அசிங்கங்களை மறைத்து அழகு செய்தன. ஏழைகள் அசிங்கமானவர்கள், நாட்டின் அவமானச் சின்னங்கள் என்பதை அரசு ஒத்துக்கொண்டு, ஒழிக்காவிட்டாலும், மறைப்பேன் என்று வேடம் போட்டது.

இதுபோலவே 100 ஆண்டுகள் முன் 1911ல் பிரிட்டிஷ் ராஜா ஜார்ஜ் வந்தபோதும் நடந்தது. அப்போது டீவி ஸ்கிரின் இல்லை ப்ளெக்ஸ் போர்டில்லை. மாறாக பெரிய திரைச் சீலைகள் கொண்டு சேரிகள் மறைக்கப்பட்டன. 100 ஆண்டுகள் பின் பெரிய ஊழல் அலங்காரங்களுடன் வரலாறு மீண்டும் நடக்கிறது. சுதந்திர இந்தியா ஒழிக்க முடியாத தன், அசிங்கத்தை மறைக்கப் பார்க்கிறது.

இதன் நடுவில் என் யுபிஎஸ்சி. கனவு வெடித்துச் சிதறியது. திடீரென அரசு பாடத்திட்டத்தை மாற்றியது. புதிய பாடத்திட்டத்தில் தேர்வு எழுத வேண்டுமென்றது. இதுவரை செலவு செய்த லட்சம் ரூபாய் ஓராண்டுகால உழைப்பு எல்லாம் வீணானது. இதுபோல நாடு

முழுவதிலுமிருந்து யு.பி.எஸ்.சி. கனவுடன் வந்த லட்சக்கணக்கான மாணவர்களின் கனவும் பாழானது. எனக்குச் செலவுக்குப் பணம் தந்து வந்த சகோதரருக்கும் திருமணமாகிவிட்டது. இனி அவரும் பணம் அனுப்ப முடியாது.

என் கனவுகள் சரிந்து குப்பையானது. என்னைப்போல எத்தனை இளைஞர்களின் கனவுகள், வாழ்வு நாசமானதோ? பாதி வயிற்றுடன், சின்ன அறைகளில் முடங்கி வெந்த அவர்களின் முயற்சிகள் யாவும் நாசமாகின. ஒவ்வொரு ஆண்டும் 3 லட்சம் பேர் யு.பி.எஸ்.சி. தேர்வு எழுதுகிறார்கள். சில ஆயிரம் பேரே வெற்றிபெற்ற கதாநாயகர்களாகின்றனர். எத்தனை இளைஞர்கள் விரக்தியுற்று மதுவுக்கும், போதைக்கும் அடிமையாகிறார்கள், தற்கொலை செய்துகொள்கிறார்கள். இளைஞர்களின் ஆசைகள் நிராசையாகி, விரக்தியில் சாவதைத் தடுக்கும் புதிய சமூகம் எங்கே?

எனக்கு ஒரு நண்பர் இருந்தார். அவர் சுதந்திரதினம், குடியரசு தினம் ஆகியவற்றை ஏற்பாடு செய்வார். அதன் மூலம் எனக்குப் பழக்கமானார். யு.பி.எஸ்.சி. தேர்வைப் பலமுறை எழுதியும் தேர்வு பெறாத அவர் மத ஈடுபாடு கொண்டவரானார். அவரது அறை முழுதும் சாமி படங்கள், சாம்பிராணி புகை, என நிறைந்திருக்கும். பின் ஜோதிடம், ஜாதகம் பார்ப்பவரானார். இப்படிப் பலர் விரக்தியில் திசை மாறிப் போகின்றனர்.

நான் நாளந்தா திறந்தவெளிப் பல்கலைக்கழகத்தில் படித்து MA தேறினேன். அது படிக்காமல் வாங்கிய பட்டம் போலவே தோன்றியது. தொலைதூரக் கல்வி என்பது கல்விக்கும் தொலைதூரமானது என்றே கருதினேன். ஏதாவது கல்வி ஆய்வுத்துறையில் படிப்பதே எனது மனதுக்கும் அறிவுக்கும் உகந்தது எனக் கருதினேன். எனது அரசியல் ஈடுபாட்டுக்கும் அது உதவுமென எண்ணினேன். அதுவே மனசாட்சியுடன் வாழ உதவும் என முடிவு செய்தேன். மனநிறைவும், பொருளாதார நிறைவும் அதன் மூலம் பெறலாம்.

ஏ.அய்.எஸ்.எஃப். வாசகர் வட்டத்தில் பேராசிரியர் மலாகரைச் சந்தித்து எது கல்வி என்பது பற்றி ஆலோசனை கேட்டேன். அவர் என்னை ஜே.என்.யு வில் எம்பில்லுக்கு விண்ணப்பம் போடச் சொன்னார். அதற்கு ஒரு தேர்வு எழுத வேண்டியிருந்தது.

நான் ருஷ்யக் கல்விக்கும், ஆப்பிரிக்கக் கல்விக்கும் விண்ணப்பம் போட்டேன். எனக்கு பேராசிரியர் மலாகரைத் தவிர வேறு யாரையும் ஜே.என்.யு.வில் தெரியாது. மலாகர் ஆப்பிரிக்கக் கல்வித்துறையின் தலைவர். எனவே ருஷ்யக் கல்வியைக் கைவிட முடிவு செய்தேன். மார்க்சியம், லெனினியம் படிக்கும் வாய்ப்பு தவறிப் போனது, ஆப்பிரிக்கக் கல்வித்துறையைத் தேர்வு செய்ததுடன் என் வாழ்க்கைப் பாதையே மாறியது.

22
ஜே.என்.யு ஒரு சமத்துவ பூமி

ஜே.என்.யு.க்குள் முதன் முதலில் நுழைபவர்கள், அந்த நினைவை மறந்துவிட முடியாது. ஆனால் நான் ஜேஎன்யுவின் வடக்கு வாசலில் போய் நின்றபோது பெரிய ஏமாற்றமே கொண்டேன். அது மிகச் சாதாரணமாக இருந்தது. ஒரு உலகப் புகழ் பெற்ற பல்கலைக் கழகத்தின் முன் நிற்கிறோம் என்ற உணர்வே இல்லை.

பிரம்மபுத்திரா விடுதியில் எனது நண்பரின் நண்பர் இருந்தார். அவரது உதவியுடன் நேர்முகத் தேர்வுக்குத் தயாராகலாம் என்ற எண்ணத்தில் போனேன். வாயில்காவலர், நீண்ட தொலைவு நடக்க வேண்டும், பஸ்ஸில் செல்லுங்கள் என்றார். ஆனால் நான் தயக்கத்துடன் நடந்தே புறப்பட்டேன்.

சுமார் 2 கிலோமீட்டர் நடையின் ஒவ்வொரு அடியும் என் எண்ணத்தை மாற்றுவதாகின. நான் என் பழைய வாழ்வை ஒவ்வொரு அடியிலும் உதிர்த்தே நடந்தேன். பிரம்மபுத்திரா சென்று சேரும் போது நுழைவாயிலைப் பார்த்தபோது இருந்த ஏமாற்றம் முற்றாக மறைந்து போய், வியப்புதான் மிஞ்சியது. எங்கு பார்த்தாலும் பசுமை. அகலமான சாலை. தூரத்தில் தெரியும் மலைகள். சாலையைக் கடந்து ஓடும் மான். சாலை மருங்கில் மேய்ந்து கொண்டிருந்த மயில்கள். என் முன் ஒரு புதிய உலகமே விரிந்தது.

அன்று மற்றொரு மறக்க முடியாத நிகழ்வும் நடந்தது. சாலையில் பைக்கில் சென்று கொண்டிருந்த ஒருவர் மீது பஸ் மோதியது. ஏதோ பெரிய கலவரம் நடக்கும் என்று பயந்தேன். விழுந்தவரைச் சுற்றி கூட்டம் கூடியது. அவரை தூக்கிச் செல்ல உடனே ஏற்பாடு செய்யப் பட்டது. பைக்காரர் தவறா, டிரைவர் தவறா என்ற விவாதம் நடந்தது. ஆனால் எவரும் டிரைவரை அடிக்கவில்லை. அவரைப் போலீசில் ஒப்படைத்துக் கலைந்தனர்.

எனக்குப் பெரிய ஆச்சரியம். இதுவே பாட்னாவாக இருந்தால் பெரிய மோதலே நடந்திருக்கும்., டிரைவருக்கு ஆதரவாகச் சிலர், எதிராகச் சிலர் என்ற சண்டைதான் நடந்திருக்கும். ஆனால் அப்படி ஏதுமின்றி மூளையுடன் சிந்தித்து முடிவெடுத்தனர். எத்தனை மாறுபட்ட சிந்தனை, செயல்பாடு.?

நான் சென்ற நண்பரின் விடுதியில் தங்க இடமில்லை. எனவே அவர் என்னை ஜீலம் விடுதிக்கு அனுப்பினார். அதுவும் அழகான இடமாக இருந்தது. ஒவ்வொருவரும் நிறையப் புத்தகங்கள் வைத்திருந்தனர். அறையில் மெத்தை விரித்த கட்டில்களும் இருந்தன. ஆண்களுக்கும், பெண்களுக்கும் தனித்தனி விடுதிகள் இருந்தன. இரவிலும் மாணவிகள் ஆண்கள் விடுதிக்கு வருவது, படிப்பது போன்றன இயல்பாக நடந்தது எனக்கு வியப்பூட்டியது. நேர்முகத் தேர்வுக்காக வந்த பலரும் விடுதியில் தங்கியிருந்தனர். படிப்பதற்காக வரும் எவருக்கும் அங்கு இடமிருந்தது. இதுபோல ஒவ்வொரு கல்வி மையமும் மாணவர்களுக்கு அனுமதித்தால் எத்தனை வசதியாக இருக்கும்?

ஜே.என்.யு.வில் புதிதாக நுழைபவர்கள் இடம் தெரியாது. திணருவார்கள். இரவு இரண்டு மணிக்குக்கூட மாணவிகள் பயமின்றி சாலைகளில் நடந்து சென்றார்கள். அது அங்கு நிலவிய நாகரிகமான சூழலையும், பாதுகாப்பையும் உணர்த்தியது.

நள்ளிரவில் தலைக்குமேல் விமானம் பறக்கும் சத்தம் கேட்டு விழித்து எழுந்தேன். “இது இங்கு சர்வசாதாரணம் தூங்கு அல்லது படி” என்றார் நண்பர்.

நேர்முக நாள் வந்தது. அலுவலகம் முன் காத்திருந்தோம். நிறையப் பேர் வந்திருந்தனர். சிலர் நேர்த்தியாக உடையணிந்து வந்திருந்தனர். வேறுசிலர் மழிக்காத தாடி வளர்த்த முகம், கசங்கிய ஜிப்பா, தோளில் ஜோல்னா பை என்று வந்திருந்தனர்.

நான் படபடப்புடன் நேர்முக அறைக்குள் நுழைந்தேன். நேர்முகம் காணும் பேராசிரியர்கள் சிரித்த முகத்துடன் வரவேற்றனர். அமர்ந்த வுடன் இந்தியில் பேசுவாயா, ஆங்கிலத்தில் பேசுவாயா என்று கேட்டனர். நான் இந்தி என்றவுடன் கேள்விகளை இந்தியிலேயே கேட்டனர். நான் தேர்வு செய்யப்பட்டேன் என்று உடனடியாகத் தெரிவித்தனர்.

நான் நேரு விஹாரை விட்டு ஜே.என்.யு. விற்குக் குடிபுகுந்தேன். சட்லெஜ் விடுதியில் இடம் தரப்பட்டது. கிராமத்தில் பிறந்து வாழ்ந்த எனக்குப் புதிய வாழ்வு துவங்கியது.

ஜே.என்.யு. ஒரு சமத்துவ பூமி மாணவர்களுக்குள் மூத்தவர் இளையவர் என்ற வேறுபாடில்லை. ஆய்வு மாணவர் கூட புதிய மாணவரை அன்புடன் வழி நடத்துவார். விவாதங்கள் எங்கும் நடக்கும். எல்லா நிலை மாணவர்களும் கலந்துகொள்வார்கள். ஒருமுறை நான் விவாதத்தில் உரக்கப் பேசினேன். எனவே என் மூத்த மாணவரிடம் மன்னிப்புக் கேட்டேன். அவரோ, "இதெல்லாம் தேவையில்லை. விவாதத்தில் இப்படித்தான் உறுதியுடன் பேச வேண்டும்" என்றார். பிஹாரின் நிலப்பிரபுத்துவ ஏற்றதாழ்வுமிக்க சமுதாயத்திலிருந்து வந்த எனக்கு வியப்பாக இருந்தது. அங்கு ஆணும் பெண்ணும் சமமாக அமர முடியாது. பேச முடியாது. மாணவர்களில் கூட ஜாதி, மத வேறுபாடு பெரிதாகக் காட்டப்படும். ஆணும் பெண்ணும் தனியாகப் பேசுவதைப் பார்ப்பதுகூட அபூர்வமே. அப்படிப் பேசுபவர்களைத் தண்டிப்பதும் உண்டு.

பெண்கள் உரிமையுடன் செயல்பட்டனர். பொதுக் கூட்டங்கள், விவாதங்களில் சமவுரிமையுடன் பங்கேற்றனர். புதிய மாணவர்களுக்கு, மூத்த மாணவியர் படிவங்கள் எழுதுவதில் உதவிகூடச் செய்தனர். வகுப்புகளில் பெண்கள் சம அளவில் இருந்தனர். சில வகுப்புகளில் பெண்களே அதிகம் இருந்தனர். எனது வகுப்பில் ஒன்பது பெண்கள். நான் ஒருவனே ஆண்.

வகுப்புகள் கூட மிக மாறுபட்டதாக இருக்கும். பேராசிரியர் வந்தபோது, நான் எழுந்து நின்றேன். அவரோ "இது பள்ளிக்கூடமல்ல நிற்கத் தேவையில்லை" என்றார். வட்டமாக உட்கார்ந்து படிப்போம். விவாதிப்போம். பேராசிரியர் விவாதத்தில் பங்கேற்று உற்சாகப்படுத்துவார். பேராசிரியர்கள் நண்பர்கள் போலவே பழகி வழிகாட்டினர். மொழிபற்றிக் கூட யாரும் கவலைப்படவில்லை. ஆங்கிலத்தில் மட்டுமல்ல, இந்தியிலும் தாராளமாகப் பேசலாம். கருத்தைச் சொல்வதுதான் முக்கியம்.

ஒவ்வொரு நாளும் புதியதாக இருந்தது. புதிது புதிதாகக் கற்றுக் கொண்டேன். பல்வேறு மாநிலங்கள், பல்வேறு மொழி பேசும் நண்பர்கள் கிடைத்தனர். நாடு முழுவதிலும், ஏன் உலகின் பலநாடு களிலிருந்தும் மாணவர்கள் வந்திருந்தனர். என் அறை நண்பர்களில் ஒருவர் பிஹாரி, ஒரு ராஜஸ்தானி. ராஜஸ்தான் நண்பர் எனக்கு நெருக்கமான வராகப் பழகினார். நான் பெரியவன் என்று நினைப்பவர்களுக்கு ஜே.என்.யு. இடமல்ல.

ஜே.என்.யு. வின் வாயில் காவலர்கள் கூட வேறுபட்டவர்களே. அவர்கள் காவலர்களல்ல, உதவியாளர்கள். காவலாளி என்றால்

பார்ப்பவர்களை யெல்லாம் சந்தேகப்படுவதா? அதுவும் ஏழைகளை யெல்லாம் திருடர்கள் போலச் சந்தேகப்படும் மனநிலை நம் சமூகத்தில் உள்ளது. வறுமை ஏன் உண்டானது? யாரோ திருடுவதால், ஏமாற்றுவதால் பலர் ஏழைகளாக்கப்படுகின்றனர். உழைப்பின் பலன் உழைப்பவனுக்குக் கிடைக்காததாலேயே ஏழைகள் உருவாகிறார்கள். சுரண்டியவர்கள் ஏழைகளைக் குற்றவாளிகள் போல் பார்ப்பது, ஈயத்தைப் பார்த்து, பித்தளை சிரிப்பதுபோலத்தான்.

எனது உலகம் பற்றிய, மனிதர்கள் பற்றிய பார்வை மெல்ல மெல்ல மாறத் துவங்கியது. முதலில் தாஜ்மஹாலைப் பார்த்த நான் அதன் அழகை, பிரமாண்டத்தைப் பார்த்து வியந்து பாராட்டினேன். ஆனால் இப்போது அதன் உருவாக்கத்திற்கு உழைத்தவர்களின் வியர்வையும் செத்தவர்களின் குடும்பத்தின் துயரும் தான் தெரிகிறது.

ஜே.என்.யு. வில் வெற்றி பெற பெரும் ஆங்கிலப் புலமை இருந்தால் மட்டும் போதாது. பளபளப்பான ஆடை, பணம், மிடுக்கு எதுவும் பயன்படாது. திறமை, கொள்கை ஆற்றல் தேவை. வறுமையின் கொடுமை வாடும் ஏழையின் வார்த்தையின் உண்மை, வார்த்தை ஜாலக்காரனின் பேச்சில் தெரியாது. உண்மையல்லாதவர்களை, போலிகளை ஜே.என்.யு. எளிதில் எற்றுக் கொள்ளாது.

உலகம் முழுதும் ஏழைகள், சாலையே வீடென வாழ்வோர், உழைப்போர் அரசியலுக்கு அப்பாலேயே நிறுத்தப்பட்டுள்ளனர். ஆனால் ஜே.என்யுவில் அவர்களே தலைமை தாங்குகின்றனர். அவர்கள் நலனை அவர்களே காக்கும் உணர்வு பெறுகின்றனர். சாலையோரம் வாழ்வோர் தலைக்கு மேலே பாதுகாப்பான கூரையில்லை. ஆனால் அவர்களும் தலைமை தாங்கி முடியுமென்ற நம்பிக்கையை ஜே.என்.யு. வளர்க்கிறது. ஆனால் வெளியுலகம் பணக்காரர்களையே போற்றுவதாக உள்ளது. வாழ வழியின்றித் தவிப்பவன் பிறருக்கு வாழ்வுதர முடியாது என நினைக்கிறது. அதிகாரம் யார் கையில் என்பது முக்கியமானது. ஜே.என்.யு. வில் அதிகாரம் உண்மையின் கைகளில், அதன் உண்மையான உரிமையாளர்கள் கைகளிலேயே உள்ளது.

ஜே.என்.யு. வில் அரசியல் இல்லாத இடமே இல்லை. வகுப்பறை, விடுதி, அரங்கு, தேநீர் கடையென எங்கும் உள்ளது. தேநீரும் விவாதமும் உடன் நடக்கும். தாபாக்கள் ஜே.என்யு. வின் அரசியல் அரங்கங்களே. அதில் முக்கியமானது 'கங்கா தாபா'. "அது படி இது படி, எது படித்தாலும் வா கங்கா தாபாவில் விவாதிப்போம்" என ஜே.என்யு. வில் ஒரு பாடலுண்டு. தேநீரை விட விவாதம் முக்கியமானது. உணவு பெருக்கு, விவாதம் உணவாகும். இப்படி அறிவே உணவாக ஏற்கும். தாபா வேறெங்கு உண்டு?

நான் பெரும்பாலான நேரத்தை கங்கா தாபாவில் கழிப்பேன். 2014ல் மோடி தானும் ஒரு டீக்கடைக்காரனே என்றுதான் போட்டியிட்டார். ஆனால் இன்று நாட்டை உலக முதலாளிகளுக்கு விற்றுக் கொண்டுள்ளார். இப்போது ஜேஎன்யு. தாபாக்களை மூடவும் திட்டமிடுகிறார். ஜே.என்.யு. வின் தாபா கலாச்சாரம் அதன் வெளிப்படைத் தன்மை, விவாதம், கேள்விகேட்டல் என்பனவற்றின் அடையாளம். அதை மூடுவது, ஜனநாயகத்தை முடிப்பதே ஆகும்.

23

ஜாதியம் எங்கும் உண்டு

தீவிர அரசியலில் கவனம் செலுத்துவதா, படிப்பை மட்டும் பார்ப்பதா என்ற கேள்வி என்னுள் ஓடிக்கொண்டே இருந்தது. ஜே.என்.யு. எனக்கு அரசியல் தளம் அமைத்துத் தந்தது. ஜேஎன்யு. வின் சுவரொட்டிகளும், கோஷங்களும் என்னை இழுத்தன. நான் ஓடினேன்.

என் ஜே.என்.யு. நுழைவுடன், என் அரசியல் ஈடுபாடும் துவங்கியது என்பேன். ஜே.என்.யு. அலுவலக அரங்கின் முன் புதிய மாணவர்களுக்கு உதவப் பல்வேறு அமைப்பினரும் மேஜை போட்டு அமர்ந்திருப்பர். ஜே.என்.யு. வின் நீண்ட விண்ணப்பப் படிவம் கிராமத்திலிருந்து வரும் புதிய மாணவருக்குப் புரியாத புதிராக இருக்கும். எங்கு விண்ணப்பம் வாங்குவது? எங்கு தருவது? என்பது புரியாமல் புதியவர் திணருவர். அவர்களுக்கு மூத்த மாணவர்கள் தமது அமைப்பின் அடையாளத்துடன் உதவி மையங்கள் அமைத்து வரவேற்பர்.

புதிய சூழல், அலுவலக முறைகள் அவர்களைத் திணறச் செய்யும். மாணவர் அமைப்புகள் உதவுவது என்பது அவர்களைத் தம்பால் ஈர்க்கும் முதல் முயற்சியே. அவரவர் அரசியல் கொடி மேஜை மீது இருக்கும். எந்த மேஜைப் பக்கம் புதியவர் போகிறார் என்பதிலிருந்தே, அவரது அரசியல் ஈடுபாடு புரிந்துவிடும்.

பணக்காரக் கட்சிகள் ஆடம்பரமான, பெரிய கூடாரம் அமைத்து உட்கார்ந்திருப்பர். காங்கிரஸ், பிஜேபி கூடாரம் பெரிதாக இருக்கும். ஆனால் ஏற்கெனவே பயந்து தயங்கி வரும் கிராமப்புற மாணவர்கள் அந்தப் பக்கம் போகத் தயங்குவர். எளிமையாக மேஜை போட்டு, சிவப்புக் கொடியுடன் வரவேற்கும் ஏ.அய்.எஸ்.எஃப். மேஜைப் பக்கம் அதிகக் கூட்டம் போகும். உண்மையான போட்டி இடதுசாரி அமைப்பு களுக்குதான்.

இது நகைப்புக்குரிய உண்மை. சொர்க்கம் என்றெல்லாம் எதுவுமில்லை. எல்லாம் கற்பனையே. அரசியல் கண்டு பயந்து ஒதுங்கிய நான் மெல்ல மெல்ல அரசியலின் பக்கம் ஈர்க்கப்பட்டேன்.

ஜாதியம் எங்கும் உள்ளது போல உணர்ந்தேன். வெளியே ஜாதி வெளிப்படையாக ஆட்சி நடத்தும். ஜே.என்.யு. வில் அப்படியில்லை. மறைமுகமாக முகமூடி போட்டு வரும். வெறும் முழக்கங்கள் கொண்டு ஒருவர் சமத்துவவாதி என்று முடிவு செய்துவிட முடியாது.

தேர்தல் வந்தபோது ஜேஎன்யு.வின் மற்றொரு முகம் தெரிந்தது. ஜாதி முன் வந்தது. என்ன கேவலம்? எனினும் போட்டியிடும் வாய்ப்புகள் எவருக்கும் உண்டு. குழாயில் தண்ணீர் வராதது துவங்கி, பாலஸ்தீன் குண்டு வீச்சுவரை எல்லாம் பேசப்பட்டது. நான் ஆரம்ப காலத்தில் ஒரு அன்னியனாக ரசித்தேன். ஆர்.எஸ்.எஸ்ஸின் ஏ.பி.வி.பி. கூட்டம் வரை அனைத்தையும் கேட்டேன்.

எதையும் கேள்வி கேள் என்று சொல்லித் தந்தது ஜே.என்.யு. இந்தியாவின் ஆர்வம் ஆப்பிரிக்கா மீது ஏன்? ஏழை நாட்டை வளர்க்கவா? ஐரோப்பிய நாடுகளைப் போல நாமும் சுரண்டவா? என் அரைகுறை ஆங்கிலத்தில் ஆப்பிரிக்காவிற்கு உதவி என்ற பெயரில் அரைக் காலணியாக்கப் படுமா என்று கேட்டேன். இந்திய முதலாளிகள் சுரண்ட மற்றொரு காலனியாக்கப்படுமா ஆப்பிரிக்கா? யார் நலனுக்காக உதவி? கண்கள் யாவும் என் பக்கம் திரும்பின. கேள்வி கேட்ட நான் இடதுசாரி எனப்பட்டேன். நான் தெரியாது என்றேன். உண்மையிலேயே நாம் ஒரு மார்க்சிஸ்டா? எனக்குத் தெரியவில்லை.

ஜே.என்.யு. ஒரு தந்திர பூமிதான். நீ என்ன ஜாதி என்று யாரும் நேரடியாகக் கேட்க மாட்டார்கள். சுற்றி வளைத்துக் கேட்கப்படும் கேள்விகள் அதை நோக்கியே இருக்கும். ஏதாவது ஒரு அமைப்பில் சேர்ந்துவிட்டால், அந்த அமைப்பின் விதிகள் அனைத்தையும், சொல்வதையெல்லாம் அப்படியே ஏற்றாக வேண்டும்.

ஒரு ஏபிவிபி. கூட்டத்தில் ஒரு சாமியார் ஆன்மிகம் பற்றிப் பேசினார். நாம் செய்த செயல்களின் விளைவை நாம் அடுத்த பிறவியில் அனுபவிக்க வேண்டுமென்றார். நான், பிரம்மா இவ்வுலகைப் படைத்தபோது முதல் மனிதனுக்குக் கர்ம பலனே இருக்காதே என்றேன். அவர் எனக்கு பதிலளிக்காமல் என் இந்தி மொழித்திறன் பற்றிப் பேசி திசைத் திருப்பினார். சாதாரணமாக பிஜேபி கூட்டத்தில் கேள்வி, விவாதம் எதுவும் இருக்காது. ஆனால் இடதுசாரிகள் ஒருவர் வெளியாள் என்று தெரிந்தால் இன்னும் கேள்வி கேட்க அனுமதிப்பர். அவர்கள் பதில் நமக்கு ஏற்புடையதாக இல்லாமல் போகலாம்.

யாரும் நடக்காது புதிய பாதை சிரமமானதென்ற போதும், அதில் ஒரு புதுமை உண்டு. எனக்கு அரசியலும் அப்படித்தான். நான் தெரியாத வற்றைக் கேள்வி கேட்டு அறிந்துகொண்டேன். அரசியல் என்பது எளிதானதல்ல. சவால்களையும், துயரங்களையும் ஏற்றுத்தான் முன்னேற முடியும். நிழலின் அருமை வெய்யிலில் தெரியுமென்பார் ப்ரேம்சந்த். "பசியை அறியாதவன் உணவின் சுவையை ரசிக்க முடியாது. எதையும் சிரமப்பட்டு அடையும் போதே அதன் அருமை புரியும்" என்பார்.

24
ஒன்றுபட்டால் உண்டு வாழ்வு

நான் ஜே.என்.யுவில் சேர்ந்த போது, கிராமத்திலிருந்து வந்தவன், பிஹாரி, ஏழை என்பதற்காகப் புறக்கணிக்கப்படவில்லை. ஏழை களைப் பார்த்தாலே முகம் சுழிக்கும் உலகம் இது. புறக்கணிக்கப்படும் ஏழை தன்னம்பிக்கை இழக்கிறான். ஆனால் ஜே.என்.யு. வில் நுழையும் போது, அது என்னை நீ என்னவன் என்ற நட்புடன் வரவேற்றது. அதுவே என் தன்னம்பிக்கையை உயர்த்தியது.

கல்லூரி வாயில்கள் எதிர்ப்பு முழக்கங்களுடனேயே இருக்கும். ஆனால் ஜே.என்.யு.வில் மேளதாளத்துடன் கோஷங்கள் இசைபோல ஒலித்தன. நானும் கூட இசைக்கருவிகள் வாசிக்கக் கற்றுக்கொண்டேன். கிராமத்தில் நன்றாகப் படிக்காதவனை வாத்தியார் கேலி செய்வார். கற்றுக் கொள்பவர்கள் தவறு செய்வது இயல்பு என ஏற்றுக்கொள்ளும் தாராள மனமில்லை. நானும் திட்டும், அடியும் வாங்கித்தான் கற்றுக் கொண்டேன் என்பார் வாத்தியார். நான் பட்டதை, நீயும் படு எனும் பழிவாங்கும் உணர்வுதான். வாய்ப்பும், ஊக்குவிப்பும் கிடைத்தால் யாரும், எதையும் எளிதில் கற்றுக்கொள்ளலாம். அர்ச்சுனனுக்குக் கற்றுத் தரவேண்டிய குரு, ஏகலைவனுக்குக் கற்றுத்தராமல் பழிவாங்கி விட்டார் அல்லவா?

தகுதி என்பதெல்லாம் ஏமாற்றே. வாய்ப்புத் தந்தால், ஊக்குவித்தால், கற்றுக்கொடுத்தால் எதையும் எவரும் கற்க முடியும். ஜே.என்.யு. தவறு செய்யவும், கற்றுக்கொள்ளவும் வாய்ப்பளிக்கிறது. கல்விக் கூடங்கள் ஒவ்வொன்றும் இப்படித்தான் இருக்க வேண்டும். ஆரம்பத்தில் நான் கூச்சமும், தயக்கமும் கொண்டவனாகவே இருந்தேன். பின் நான் கூட்டத்தை வழி நடத்தும் பண்பு கொண்டவனாக மாறினேன்.

புதியவர்கள் பேசினால் மூத்தவர்கள் இடம் கொடுத்துக் கேட்கும் மரபு இங்கு வளர்க்கப்பட்டுள்ளது. யாரும் புதியவர்களை கேலி செய்வதில்லை. ஊக்குவிப்பவர்களாகவே உள்ளனர்.

நான் விவாதங்களில் கலந்துகொண்டேன். பள்ளி நாட்களில் வெற்றி பெறவேண்டுமென்ற வெறி இருக்கும். ஆனால் ஜே.என்.யு. வில் விவாதம் கருத்தைச் செழுமைப்படுத்துவதாகவே இருக்கும். காரசாரமான விவாதங்கள் கூட பொதுக்கருத்தை, நம்பிக்கையை உருவாக்குவதாகவே இருக்கும். ஒவ்வொருவரும் மற்றவர் பேசுவதைப் பொறுமையுடன் கேட்டனர். யாரும் எவருடைய பாணியையும் போலித்தனமாகப் பின்பற்றவில்லை. அவரவர் தனித்தன்மையை உணர்த்தினர்.

நான் பேசும் போது நிதானமாக, எளிய நடையில், என் கருத்து பிறருக்குப் புரியும் வகையில் இருக்க வேண்டுமெனக் கருதினேன். என்னை மேதாவியெனக் காட்டிக் கொள்ளும் மமதை வெறுப்பையே உருவாக்கும். என் முன் அமர்ந்திருப்போர் என்னைவிட புத்திசாலிகள் என்பதை நினைவில் கொண்டே பேசினேன். நான் எழுதி வைத்துப் படிப்பதில்லை. ஆனால் தயாரிப்பின்றிப் பேசுவதுமில்லை. சுருக்கமாகவும், தெளிவாகவும், அடக்கத்துடனும் பேசக் கற்றுக் கொண்டேன்.

அநேகமாக என் பேச்சு கங்கா தாபா உரையாடலின் நீட்சியாகவே இருக்கும். தினசரி நிகழ்வையே உதாரணமாகக் காட்டுவேன். நமது தினசரி நிகழ்வு, அரசியல் தத்துவத்துடன் தொடர்பு கொண்டது என்பதை உணர்த்துவதே வெற்றி. மக்களின் உணர்வுதான் அரசியல். அதை நம் பேச்சு பிரதிபலிக்க வேண்டும்.

ஒருமுறை நான் ஜே.என்.யு. காவலர்களின் கூட்டத்தில் பேச நேர்ந்தது. தனியார் ஏஜன்சி மூலம் நியமிக்கப்படும் அவர்கள் குறைந்த சம்பளத்திற்கு, அதிக வேலை செய்து வந்தனர். அவர்கள் போராட முடியாது. போராடினால் வேலை போய்விடும் எனவே நான் நிர்வாகத்தினரிடம் அவர்களின் குறைகளைச் சொல்லி தீர்த்து வைக்க முயற்சிப்பதாகக் கூறினேன். நான் ஒரு இடைத் தூதுவனாக அவர்களின் நிலையை உணர்த்த முயல்வேன் என்றேன். நான் அவர்கள் புரிந்து கொள்ளும் மொழியில் பேசினேன். நான் சில சமயம் நல்ல கவிதைகளைப் பாடுவதும் உண்டு.

நான் 2012ல் முதல் முறையாக பல்கலைக்கழக உறுப்பினர் பதவிக்குப் போட்டியிட்டேன். 2006ல் லிங்தோ குழு தேர்தலில் பணம், ஆள்பலம் எதுவும் பயன்படுத்தப்படக் கூடாது எனத் தடுத்தது.

போட்டியிட வயது வரம்பு, ஒரு பதவிக்கு மேல் ஒருவர் இருக்கக் கூடாது, நிர்வாகத்தின் விதிக் கட்டுப்பாடு ஆகியவற்றை வலியுறுத்தியது. இது பல நல்ல விளைவுகளைத் தந்தது. வெறும் அரசியல் ஆதிக்கத்தைக் கட்டுப்படுத்தியது.

எனவே இது ஜே.என்.யு. மாணவர் யூனியனால் மறுக்கப்பட்டது. 2008 வரை ஜே.என்.யு. தேர்தல் நடத்தக் கூடாது என உச்சநீதி மன்றம் கட்டளையிட்டது. பழைய யூனியனே பதவியில் நீடித்தது. ஆனால் 2010ல் அனைவரும் ராஜினாமா செய்ததால் மாணவர் யூனியனே இல்லாமல் போனது.

பின் 2012ல் சில மாற்றங்களுடன் தேர்தல் நடத்த ஒப்புக் கொண்ட தால் 2012 மார்ச்சில் மாணவர் யூனியன் தேர்தல் நடத்த ஒப்புக் கொள்ளப்பட்டது.

மூன்றாண்டுகளுக்குப் பின் நடக்கும் தேர்தல் என்பதால், பெரும் எதிர்பார்ப்பும், படபடப்பும் நிலவியது. பல பழைய தலைவர்கள் போட்டியிட மாணவர்களுடன் பேசி வந்தனர். பல்கலைக்கழகத்தில் பெரும் எதிர்பார்ப்பு நிலவியது.

ஏ.அய்.எஸ்.எஃப். மார்க்சிஸ்ட் கட்சியின் எஸ்.எஃப்.அய். யுடன் பேச்சுவார்த்தை நடத்திக் கூட்டாகப் போட்டியிட முடிவு செய்தனர். நான் ஏ.அய்.எஸ்.எஃப். க்காக வேலை செய்தேன். பல மாணவர்கள் நாட்டின் மூத்த மாணவரமைப்பான ஏ.அய்.எஸ்.எஃப். பற்றித் தெரியா தவர்களாக இருந்தனர். ஏ.அய்.எஸ்.எஃப். என்ற மார்க்சிஸ்ட் லெனினிஸ்ட் கட்சி எங்களுடன் கூட்டணியின்றி எதிர்த்து நின்றது. பிஜேபியின் ஏ.அய்.எஸ்.எஃப். முக்கிய எதிரியாக நின்றது. நாங்கள் அனைத்து இடதுசாரிகளும் ஒன்றுபட்டு நிற்க முயற்சி மேற்கொண்டோம்.

ஏ.அய்.எஸ்.எஃப். சிறிய அமைப்பாகவே இருந்தது. அதன் சார்பாக என்னைப் போட்டியிடச் சொன்னார்கள். நான் முதல் முறையாகத் தேர்தலில் நிற்கிறேன். எனக்கு நன்றாக ஆங்கிலம் பேச முடியாது, படிக்க வேண்டுமென்று சொல்லித் தவிர்க்கப் பார்த்தேன்.

எனினும் நானே போட்டியிட நேர்ந்தது. எனக்குத் தேர்தல் யுக்திகள் எதுவும் தெரியாததால், போன இடங்களில் இருந்த புத்தகங்கள், போஸ்டர்களைப் பார்த்தேனேயன்றி, எனக்கு வாக்கிடுங்கள் என்று கேட்க மறந்தேன். பின் வெட்கத்துடன் எனக்கு வாக்குக் கேட்டேன். மாணவர்கள் என் அறியாமையைக் கண்டு கேலிகூடச் செய்தனர். அது என் வெட்கத்தை மேலும் அதிகரித்தது. எனக்குத் தெரியாதவர்களிடம் எனக்கு வாக்களியுங்கள் என்று கேட்பது

எப்படி என்று தயங்கினேன். கூட்டத்தில் பேசுவது வேறு தனித்தனியாகப் பேசுவது வேறு.

கடைசியாக வேட்பாளர்கள் ஒவ்வொருவரும் பேசி வாக்குக் கேட்கும் கூட்டம் நடந்தது. நான் எம்.எல். அமைப்பின் ஏஅய்எஸ்எஃப். வுக்கு எதிரானவனல்ல. அவர்களைத் தோற்கடித்து, ஜெயிக்க வேண்டுமென்ற ஆசையுமில்லை, ஆனால் ஏபிவிபி யை வெல்ல விடுவது ஆபத்தானது என்று பேசினேன். அது எம்எல்.தோழர்களைக் கூட ஈர்த்தது. நான் ஏபிவிபி. யின் நேரடி எதிரியானேன்.

ஜே.என்.யு. வில் கிடைத்த ஜனநாயக உரிமைகளையெல்லாம் ஏ.பி.வி.பி.காரர்கள் பயன்படுத்திக்கொண்டே, அது தரமற்றது, மோசமானது என்று குறைபேசிக்கொண்டே இருந்தனர். உலகத் தரவரிசையில் ஜே.என்யு. இல்லை என்பார்கள். எனக்கு இது ஏன் என்றே புரியவில்லை. பின் புரிந்தது, அவர்கள் அங்கு கால் பதிக்க முடியவில்லை என்ற ஆற்றாமையே காரணம் என்பது. அவர்கள் பேசவும், விவாதிக்கவும் வாய்ப்பிருந்த போதும், அவர்கள் அதற்குத் தயாராக இல்லை என்பதுடன் அவர்களுக்குத் தாங்களே உயர்ந்தவர்கள் என்ற மமதையுமிருந்தது.

இத்தகையவர்கள் பல்கலைக்கழகத்தில் வலிமை பெற்றால் இதன் தாராளத்தன்மையும், ஜனநாயகமும் அழிந்துவிடும். நாட்டின் அனைத்துத் தரப்பினரும், தாழ்த்தப்பட்டோரும், பழங்குடி, சிறுபான்மை இளைஞர்கள் உயர்கல்வி பெறும் அமைப்பு குறுகிய மனம்கொண்டோர் கைகளில் சிக்கிவிட்டால், இதன் விரிந்து, திறந்த கதவுகள் ஏழைகளுக்கு மூடப்பட்டுவிடும். வாயில் காவவர்கள் ஏழைகளை கிராமப்புற மக்களை அனுமதிக்க மறுக்கக்கூடும். மேல்தட்டு மக்களின் சர்வாதிகாரம் நிலைநாட்டப் படும். சுதந்திரம், ஜனநாயகத் தன்மை; படைப்பாற்றல் சுதந்திரம் யாவும் கட்டுப்படுத்தப்படும். பிராமண மேட்டிமை நிலைநாட்டப்படும். மொத்தத்தில் இன்றைய ஜேஎன்யு. வின் முகம் முற்றாக மாற்றப்பட்டுவிடும்.

2012ல் உழைப்பாளர் தினத்தன்று ஒரு இசை நிகழ்ச்சி ஏற்பாடு செய்யப்பட்டது. அது ஆடம்பர வீண் செலவு என்று ஏ.வி.பி.வி. யினர் எதிர்த்தனர். நான் கூட ஏன் வீண் செலவு என்றே நினைத்தேன். ஆனால் பின் தெரிந்தது இசை நிகழ்ச்சி முழுவதும் இலவசமாகச் செய்யப்பட்டது என்பது. இப்படிப் பொய்த்தகவல்களைக் கூச்சமின்றிப் பரப்பும் யுக்தி அவர்களுக்கே உரியது. ஆனால் அவர்கள் பெரும் செலவில் மனோஜ் திவாரியின் இசை நிகழ்ச்சியை ஏற்பாடு செய்தனர்.

அவர்கள் சிறுபான்மையினரை, தலித்துகளை, பெண்களை வெறுத்து இழிவுபடுத்தினர். பண்பாட்டுக் காவலர்கள் என்ற பெயரில் பெண்களைக் கட்டுப்படுத்தினர். பெண்கள் நடமாட்டத்தைக் கட்டுப்படுத்தினர்.

பெண்கள் கழிப்பறைப் பயன்பாட்டைக் கூடக் கேள்வி கேட்டனர். ஜேஎன்யு. ஊழியர் குடியிருப்புப் பகுதியினர் தண்ணீர் எடுப்பதைக் கூடக் கட்டுப்படுத்த முயன்றனர். நான் அவர்கள் அதிகாரப் பயன்பாட்டைத் தவறாகப் பயன்படுத்துவதைத் தட்டிக் கேட்டு பேசினேன். மாணவர்கள் அதைக் கைதட்டி வரவேற்றனர்.

லிங்டோ குழுவின் பரிந்துரைப்படி தேர்தல் பிரச்சாரம் பத்து நாட்களுக்குக் குறைக்கப்பட்டது. வாக்கெடுப்பு நாளில் நான் அயர்ந்து உறங்கிவிட்டேன். தேர்தல் முடிவைக் கேட்கக் கூட பயந்தேன். ஆனால் நண்பர்கள் என்னைச் சூழ்ந்து கொண்டு உற்சாகப்படுத்தினர். நான் தோற்றுப் போனேன். எனினும் நான்ஏ.பி.வி.பி. யிடம் தோற்கவில்லை. மார்க்சிஸ்ட் லெனிஸ்ட் தோழரே வெற்றி பெற்றார் என்பதில் மகிழ்ச்சி கொண்டேன். எனவே இடதுசாரி ஒற்றுமை என்பது மதவாத சக்தி களின் இந்த எழுச்சிக் காலத்தில் எத்தனை அவசியமானது என்பதை உணர்ந்தேன்.

ஜனாதிபதி தேர்தலில் சி.பி.எம். பிரணப் முகர்ஜியை ஆதரித்தது. எஸ்.எஃப்.அய். மாணவர்களில் ஒரு பகுதியினர் உலகமய ஆதர வாளரான அவரை ஆதரிப்பது தவறு என்று பிரிந்துபோய் வேறு பிரிவாக இயங்கினர். அதுபோல மார்க்சிஸ்ட் கம்யூனிஸ்ட் வங்க அரசு நந்திகிராம், சிங்கூரில் சிறுபான்மை விவசாயிகளுக்கு எதிராக வன்முறைகளை ஏவிவிட்டதை அவர்கள் கடுமையாக எதிர்த்தனர்.

கம்யூனிஸ்ட் கட்சிகளில் பிளவு என்பது தனிநபர்களின் விருப்பு வெறுப்பு காரணமாக நிகழ்வது வேதனை தருவதாக இருந்தது. கட்சிக்குள் நடக்கும் அதிகாரப் போட்டியால் கட்சி பிளவுபடுவது நாட்டுக்கே பெரும் இழப்பாகிறது. நாம் ஜனநாயகம் பற்றிப் பெரிதாகப் பேசினாலும், நாம் கட்சிக்குள் முடிவெடுக்கும் போது ஜனநாயக நெறிகளை மதிப்பதில்லை என்பது வேதனை தருகிறது.

சில மாதங்கள் பின் சி.பி.எம்மின் எஸ்.எஃப்.அய்யிலிருந்து பிரிந்து ஜே.என்.எஸ்யு.- ஏ அய்.எஸ்.எஃப் வுடன் கூட்டு வைத்துத் தேர்தலில் தலைவர் பதவியை வென்றது. வி. லெனின் குமார் என்பவர் தலைவரானார். இதில் சில குறுகிய தேர்தல் யுக்திகள் கடைப்பிடிக்கப் பட்டன. இந்த முறையற்ற ரகசிய கூட்டு ஏற்பாடுகள், பின் வெளிப்பட்டு பெரும் அவமானத்தையே உண்டாக்கியது.

25

ஒற்றுமையே வலிமை

காங்கிரஸ் பல பெரிய ஊழல்களில் சிக்கியதால் நாடே பெரும் குழப்பத்தில் ஆழ்ந்தது. அன்னா ஹசாரேவின் ஊழல் எதிர்ப்பு இயக்கம் வலிமை பெற்று வளர்ந்தது. இந்தச் சூழலில் பிஜேபி வலிமை பெற்றுக் காலூன்றியது.

அன்னா ஹசாரேவிற்குப் பின், பல மக்கள் இயக்கங்கள் திரண்டன. பல அரசியல் கட்சிகளுடன், இடதுசாரிகளும் அவரை ஆதரித்தனர். அவர் ஆர்.எஸ்.எஸ். ஆதரவை மறைமுகமாகப் பெற்றவராக இருந்தார். அவருடன் சேர்ந்த இயக்கங்களும் வெளிப்படையாகவோ, மறைமுக மாகவோ ஆர்.எஸ்.எஸ். உறவு கொண்டனவாக இருந்தன. இவர்கள் பின் பிஜேபியின் ஆதரவுடன் அமைச்சர்களாகவும், ஆளுநர்களாகவும், பின் மாறினர். அர்விந்த கேஜரிவால் பின் அன்னா ஹசாரேவிடமிருந்து பிரிந்தார். இது கிட்டத்தட்ட நெருக்கடி நிலை காலச் சூழல் போல இருந்தது.

நெருக்கடிநிலை என்ற தவறைப் பயன்படுத்தி ஆர்.எஸ்.எஸ். பெரும் கிளர்ச்சியை உருவாக்கி வலிமை பெற்றது. நெருக்கடி நிலை எதிர்ப்பு என்ற பெயரில் ஆர்.எஸ்.எஸ். வளர்ச்சி பெற உதவியது பெரிய தவறு என மைத்லி மொழிக் கவிஞர் பாபா நாகர்ஜுன் கவிதை எழுதினார்.

அன்னா ஹசாரே இயக்கம் ஏற்றத் தாழ்வுகளைக் கண்டது. 2012 டிசம்பர் 16 அன்று தில்லியில் ஒரு கொடிய கற்பழிப்பு நடந்தது. நாடே வெகுண்டெழுந்தது. மாபெரும் மக்கள் எதிர்ப்பு நாடு முழுவதும் எழுந்தது. டிசம்பர் 17 அன்று நண்பர் வீட்டுத் தொலைகாட்சியில் இச் செய்தியைக் கேட்டேன். ஜே.என்.யு. மாணவர்கள் காவல் நிலையம் முன் போராடினர். போராட்டம் பெரிதானது. போராட்டக்காரர்களை காவலர்கள் தாக்கினர். இதனால் மக்கள் வெகுண்டெழுந்தனர். இதன்

விளைவாக கற்பழிப்பு பற்றிய சட்டத்தை மாற்ற நீதிபதி வர்மா தலைமையில் குழு அமைக்கப்பட்டது.

மெழுகுவர்த்தி ஊர்வலம் நடத்திய போராட்டக்காரர்கள் சாலை மறியல் செய்தனர். சப்தர்ஜங் மருத்துவமனை நோக்கி ஊர்வலம் சென்றனர். நாடு முழுதும் போராட்டங்கள் வெடித்தன.ஜே.என்.யு. போராட்டக் காரர்கள் இந்தியா கேட் நோக்கி ஊர்வலம் சென்றனர். உள்துறை அமைச்சகம் நோக்கி திடீரென ஊர்வலம் திரும்பியது. பெரும் போராட்டமாக மாறியது.

போலீஸ் தடியடி, கண்ணீர்ப்புகை போன்றவற்றைப் பயன் படுத்திப் போராட்டக்காரர்களை விரட்டியது. எனினும் போராட்டக் காரர்கள் உறுதியுடன் எதிர்த்து நின்றனர். போராட்டம் நாடு முழுதும் பரவியது. மக்களின் எதிர்ப்புணர்வு வளர்ந்து மீண்டும் நார்த் ப்ளாக் நோக்கிப் போராடக் கூடினர். ஊடகங்கள் வந்து குவிந்தன. கேஜ்ரிவாலின் ஆம் ஆத்மி கட்சி போராட்டத்தில் முன் நின்றது. குழப்பத்தை வளர்க்க பிஜேபி தவறவில்லை.

மக்கள் உணர்வை வேறு எந்தக் கட்சியும் எதிர்கொள்ள முன் வரவில்லை. காங்கிரசுக்கு எதிரான எதிர்ப்பலை ஓங்கியது. ஆம் ஆத்மியின் சக்தியோ குறைவாகவே இருந்தது. அது சில நகரங்களில் மட்டுமே இருந்தது. வெற்றிடத்தைப் பயன்படுத்தி பி.ஜே.பி போராட்டத்தில் இறங்கியது.

குஜராத் முதல்வராக இருந்த மோடி முன்னிலைப்படுத்தப்பட்டார். ஜே.என்.யு. பெரும் போராட்டக் களமானது. நிர்வாகம் மாணவர் களுக்கு எதிராகச் செயல்படத் துவங்கியது. பல்கலைக்கழகக் கட்டணம், விடுதிக் கட்டணம் முதலியன உயர்த்தப்பட்டன. மாணவர்கள் இடமில்லை யென வெளியே தங்க அனுப்பப்பட்டனர். ஏழை மாணவர்கள் மிகவும் பாதிக்கப்பட்டனர்.

விடுதிகளில் வழங்கப்பட்ட மாட்டிறைச்சி நிறுத்தப்பட்டது. மாட்டிறைச்சி சாப்பிட்ட மாணவர்கள், நிர்வாகம் மற்றும் ஆர்.எஸ்.எஸ். காரர்களின் தாக்குதலுக்குள்ளாயினர். ரம்ஜான் மாதத்தில், நர்மதா விடுதி குடிநீரில் மது கலக்கப்பட்டது. இந்த சூழலில் 2013 தேர்தலில் ஏ.அய்.எஸ்.எஃப்.ம் இடதுசாரிகளும் தேர்தலில் வெற்றிபெற்றிருந்தனர். அவர்கள் இந்த நிலை குறித்துப் போராடிய போதும், அதற்கான காரணங்களை ஆராயவில்லை. எனவே பிரச்சினைகள் வளர்ந்தன.

2014 பொதுத் தேர்தலில் பி.ஜே.பி. பெரும்பான்மை பெற்று ஆட்சியைப் பிடித்தது. மக்கள் பிஜேபி - காங்கிரஸ் அரசுகளின் அணுகு

முறைகளின் வேறுபாட்டை உணரத் துவங்கினர். காங்கிரஸ் ஆட்சியில் எந்த அநீதியை எதிர்த்தும் போராட முடிந்தது. ஆனால் பி.ஜே.பி. அனைத்து எதிர்ப்புகளையும் கடுமையாக நசுக்கியது.

நரேந்திர மோடி குஜராத் முதல்வராக இருந்த போதும் நாட்டின் பிரதமராகப் பதவியேற்றார். தில்லியின் பெரிய கோவிலான அக்ஷரதம் 2012ல் தாக்கப்பட்டது. அவர்கள் விடுவிக்கப்பட்டனர். உச்சநீதி மன்றம் குஜராத் காவல்துறையின் செயல்பாட்டைக் கண்டித்தது. ஜே.என்.யு. மாணவர்கள் குஜராத் ஹவுஸ் முன் போராடத் திரண்டனர். எவ்வித ஆதாரமுமின்றி மாணவர்கள் கைது செய்யப்பட்டு சிறை யிலடைக்கப் பட்டனர். மாணவர்கள் பல்கலைக்கழக வளாகத்தை விட்டுப் புறப்படும் முன்னரே தடுக்கப்பட்டனர். முதல் முறையாக பல்கலைக்கழக வளாகத்திற்குள் காவல்துறையினர் நுழைந்தனர். காவல்துறையினர் மாணவர் பேருந்தை ஐந்தர் மந்தருக்குத் திருப்பி விட்டனர். அங்கு பொதுமக்கள் போராடினர். அப்போது அக்பர் சவுத்ரி என்பவர் ஜே.என்.யு. மாணவர் தலைவராக இருந்தார்.

ஐந்தர் மந்தரில் கூடியிருந்த பெருங்கூட்டத்தில் அவர் என்னை முதலில் பேச அழைத்தார். பொதுவாக ஏ.அய்.எஸ்.எஃப். சிறிய அமைப்பாக இருந்ததால் கடைசியிலேயே பேச அழைக்கப்படுவது வழக்கம். ஆனால் அவர் என்னை முதலில் பேச அழைத்தது வியப்பாக இருந்தது. எனது பேச்சு காவல்துறையினரை சமாதானப்படுத்து வதாக இருக்கும் என்று அவர் கருதியிருக்கக் கூடும். அவர்களும் நான் பேசியதை கவனத்துடன் கேட்டனர். நான் பேசி முடித்தபின் காவல் துறையினர் வந்து நான் பேசியது நியாயமானது என்றனர்.

அன்று பலர் என்னிடம் உடனடியாக ஒரு பாசிச எதிர்ப்பு சமூக நல்லிணக்க அமைப்பை உருவாக்குவது அவசியம் என்று பேசினர். ஏ.அய்.எஸ்.எஃப். உடனடியாக அம்முயற்சியில் ஈடுபட்டது. இடதுசாரி முற்போக்கு முன்னணி (எல்.பி.எஃப்) துவக்கப்பட்டது. அதில் டி.எஸ்.எஃப் உள்ளிட்ட பல அமைப்புகள் இடம் பெற்றன. ‘ஜெய்பீம் - லால்சலாம்’ என்பது பொது கோஷமாக ஏற்கப்பட்டது.

ஜெய்பீம் என்பது தலித் அம்பேத்கர் அமைப்புகளின் ஜாதி வேறுபாடற்ற சமூகத் தேவையையும், லால் சலாம் என்பது அதற்கான இடதுசாரி சமத்துவ சமுதாயத்தையும் உணர்த்துவதாக அமைக்கப் பட்டது. எனது ஆசிரியர் துளசிராம் எந்த சமத்துவப் போராட்டக் குழுவும், சூழல் அமைப்பு பெண்கள், தொழிலாளர், விவசாய அமைப்பும் தனித்து இயங்க முடியாது, அவற்றின் ஒற்றுமையே வெற்றிக்கு வழி என்பார். ஜெய்பீம்-லால்சலாம் என்பது இதற்கான முழக்கமாக அமைந்தது.

ஜே.என்.யு. வில் புதிய ஒற்றுமை அரசியல் பாதை உருவானது. ஆனாலும் ஆக்கபூர்வமான ஒற்றுமை உருவானது எளிதானதாக இல்லை. ஆனால் ஏபிவிபியும் ஆர்.எஸ்.எஸ்ம் வலிமை பெற்று வளர்ந்தன.

நாட்டில் எங்கு என்ன அநீதி நடந்தாலும், ஜே.என்.யு. வில் அதற்கான பிரதிபலிப்பு இருக்கும். அநீதி, அடக்குமுறை ஆகிய வற்றிற்கு எதிராக ஜே.என்.யு. எப்போதும் குரல் கொடுக்கும். ஒருமுறை ஜே.என்.யு. அருகே தேநீர்கடை வைத்திருந்த ஒருவரின் பெண் காணாமல் போய்விட்டாள். அவளைக் கண்டு பிடித்துத் தர ஜே.என்.யு. மாணவர்கள் காவல்துறையை அணுகித் தீர்வுகண்டனர். அதுபோல மியான்மரின் ரோஹங்கி இஸ்லாமிய அகதிகளின் உரிமைக்காகப் போராடினர்.

பின் திரிலோகபுரி எனும் பகுதியில் மதக்கலவரம் உண்டானது ஜே.என்.யு. மாணவர் குழு உண்மை கண்டறியக் குழு அமைத்து, விசாரணை நடத்தி, அங்கு வாழ்ந்த இஸ்லாமியத் தொழிலாளர்களுக்கு நியாயம் கிடைக்கச் செய்தனர். அங்கு தாழ்த்தப்பட்ட மக்களுக்கும், இஸ்லாமி யர்க்குமிடையே பகைமை வளர்க்கப்பட்டிருந்தது. அதை ஆர்.எஸ்.எஸ். திட்டமிட்டு வளர்த்தது. எனவே இரு சமூகத்தினரிடையே ஏற்பட்டிருந்த கருத்து வேறுபாடுகளைக் கலைந்து, ஒற்றுமை வளர்ப்பதற்கான முயற்சிகள் மேற்கொள்ளப்பட்டன. அங்கு இயங்கி வந்த ஆர்.எஸ்.எஸ்.பள்ளி ஒன்று திட்டமிட்டு இரு சமூகத் தினரிடையே மோதலை உருவாக்கியது உணர்த்தப்பட்டது.

முஸ்லீம்களையும், தலித்துகளையும் பகையாக்கி, மோத வைத்து சமூகக் கலவரங்களைத் தூண்டிவிட ஆர்.எஸ்.எஸ். சங்பரிவார் அமைப்புகள் திட்டமிட்டு செயல்பட்டன. எனவே இவர்களிடையே ஒற்றுமையை வளர்க்கும் அமைப்பும், தொடர்ந்த செயல்பாடும் அவசியம் என்பது உணர்த்தப்பட்டது. ஆனால் இந்த ஒற்றுமையை அவ்வளவு எளிதாக உருவாக்கிவிட முடியவில்லை. ஒரு குழு ஒப்புக் கொண்டால், மறுகுழு ஏதாவது காரணம் சொல்லி விலகியது. எனவே பி.ஜேபி தொடர்ந்து பிளவுபடுத்தி வலிமை பெற்றது.

நான் பல்கலைக்கழகத் தலைவர் பதவிக்கு ஏ.அய்.எஸ்.எஃப். சார்பாகப் போட்டியிடத் தேர்வு செய்யப்பட்டேன். நான் பல்வேறு போராட்டங்களில் ஈடுபட்டு, மாணவர்களிடையே நன்கு அறியப் பட்டவனாக இருந்தேன். நான் முழு ஈடுபாட்டுடன் தேர்தலில் ஈடுபட்டேன். கடைசி நாளில் அனைத்து வேட்பாளர்களும் பங்கேற்கும் பிரச்சாரக் கூட்டம் நடைபெற்றது. நான் எனக்குக் கொடுக்கப்பட்ட நேரத்தில் எனது அனுபவங்களைக் கொண்டு சிறப்பாகப் பேசி முடித்தேன். மாணவர்களின் பல்வேறு பிரச்சனைகள், அதற்கான ஏ.அய்.எஸ்.எஃப்.

முன் வைக்கும் தீர்வுகள் பற்றித் தெளிவாக விளக்கினேன். அது மாணவர்களிடையே பெரும் வரவேற்பைப் பெற்றது.

கல்வி தனியார் மயமாக்கப்பட்டு, வணிகமயமாக்கப்படுவதை எதிர்த்தேன். லிங்தோ குழு பரிந்துரைகளால் மாணவர் யூனியன் பலவீனப்பட்டுள்ளதை மாற்றுவேன் என்றேன். மேலும் புதிய தேர்தல் விதிமுறைகளை அமுலாக்கவும் உறுதி தந்தேன். பாசிச சக்திகளின் வளர்ச்சியைத் தடுக்க இடதுசாரி ஒற்றுமை அவசியம் ஏ.அய்.எஸ்.ஏ. போன்ற இடதுசாரி மாணவர் அமைப்புகள் ஒன்றுபட்டுப் போராடா விட்டால், மக்கள் அவர்களை ஒன்றுபடுத்துவார்கள் என்று எச்சரித்தேன்.

ஏ.பி.வி.பி. - ஆர்.எஸ்.எஸ். வெறுப்பு வளர்ப்பு நடவடிக்கைகள், சில இஸ்லாமியர்களின் தவறான போக்கு ஆகியவற்றைக் கண்டித்தேன். கல்வி, சமூக மாற்றம், ஏழை மாணவர்கள் கல்விபெறுவதற்கான உதவிகள் ஆகியவற்றை முன்னிருத்திப் போராட உறுதி கூறினேன். என் வாதங்களுக்கு ஏ.பி.வி.பி. உறுப்பினர் சரியாக பதில்தர முடியாது திணறினார்.

எனது பேச்சு பொதுவான மாணவர்களின் கவனத்தை ஈர்த்தது அவர்கள் என்னைப் பாராட்டினார்கள். பொதுவான ஆதரவு என் பக்கம் திரும்பியது. அதுவே ஏ.அய்.எஸ்.எஃப். தனித்துப் போட்டியிட்டது. தேர்தல் முடிவு தெரிய மூன்று நாட்கள் காத்திருக்க நேர்ந்தது. எனது வெற்றிச் செய்தி எனக்கு மகிழ்ச்சி தந்ததுடன் அளவற்ற பொறுப்பு களையும், செயலாற்ற வேண்டிய கடமையையும் என் மீது சுமத்தியுள்ளது என்றே கருதினேன்.

26
நவீன ராவணன்

பிஜேபி ஆட்சிக்கு வந்தபின், கல்வித்துறையில் தன் சார்பான பழமைவாதிகளைப் பல்கலைக் கழகங்களில் நாடு முழுதும் புகுத்தி வருகிறது. அவர்கள் சிறந்த தகுதி பெற்றவர்களுமல்ல, ஆர்.எஸ்.எஸ். தொடர்பு கொண்டவர்கள் என்பதே பெரும் தகுதியாகக் கொள்ளப் பட்டது. முதலில் இந்தியத் திரைப்பட - தொலைக்காட்சி பயிற்சியகம் - பூனாவிற்குத் தனது கொள்கையாளரை நியமித்தார் மோடி. எஃப்டி.ஐ.ஐ. மாணவர்கள் எதிர்த்துப் போராடினர்.

பின் இந்திய வரலாற்று ஆய்வுக் கவுன்சிலில் (ஐ.சி.எச்.ஆர்) பல உறுப்பினர்கள், அதன் தலைவராகத் தகுதியற்ற ஒருவரை நியமித்ததை எதிர்த்து ராஜினாமா செய்தனர். அடுத்து ஐ.ஐ.டி.க்களின் தலைமைக்குத் தமது பொம்மைகளை நியமித்தனர். 2015ல் சென்னை ஐ.ஐ.டி. யில் அம்பேத்கர் - பெரியார் கல்வி மையத்தில் தலையிட்டதை மாணவர்களும், பேராசிரியர்களும் எதிர்த்துப் போராடினர்.

நான் வெற்றி பெற்ற அன்று எந்த ஆடம்பர ஊர்வலமும் கூடாதெனத் தடுத்துவிட்டேன். பின் ஒற்றுமை ஊர்வலத்தை ஏபிவிபி. தவிர்த்து, பிற மாணவர் அமைப்புகளுடன் சேர்ந்து நடத்தக் கோரினேன். 1500 மாணவர்கள் பங்கேற்ற மகத்தான ஊர்வலம் நடந்தது. இடதுசாரி அம்பேத்கரிஸ்ட் ஒற்றுமை ஊர்வலமாக அது அமைந்தது. மொத்தத்தில் அது அனைத்து முற்போக்காளர்களின் வெற்றியாகவே கொண்டாடப் பட்டது.

2 கோடி வேலை வாய்ப்புகளை உருவாக்குவேன் என்று கூறிப் பதவியைப் பிடித்த மோடி, எதையும் செய்யவில்லை. மாறாக மாணவர்கள் மீது தாக்குதலே தொடர்ந்தது. நாடு முழுதும் மாணவர்மீது கடுமை யான

விதிகள், கட்டுப்பாடுகள் சுமத்தப்பட்டன. கல்வி மானியங்கள் குறைக்கப் பட்டன.

ஜே.என்.யு. மாணவர்கள் இதை எதிர்த்தனர். தலித், பிற்படுத்தப் பட்டோர், பெண்கள், சிறுபான்மையினரின் உதவித் தொகைகள் குறைக்கப்பட்டன. 5000 வருமானம் பெறும் ஏழைகளே பெரிதும் பாதிக்கப்பட்டனர். 5 லட்சம் சம்பளக்காரர்களின் பிள்ளைகள் பாதிக்கப் படவில்லை. தனியார் மயமாக்கும் முயற்சியின் துவக்கமே இது. இதன் மூலம் தலித், பழங்குடி, சிறுபான்மையினருக்கான இடஒதுக்கீடு ஒழிக்கப்படும்.

தில்லி யு.ஜி.சி. அலுவலகம் முன் போராட்டம் நடந்தது. முதல் வாயிலை உடைத்து மாணவர்கள் உள்ளே நுழைந்தனர். 'Occupy UGC' போராட்டமாக வடிவெடுத்தது. யு.ஜி.சி. முன் நடந்த போராட்டம் தேசிய முக்கியத்துவம் பெற்றது.

மனிதவளத்துறை அமைச்சர் ஸ்மிர்தி இரானி ஒருமுறை மாணவர்களைச் சந்தித்தார். 5000 மாணவர்கள் நாடு முழுவதிலு மிருந்து வந்து யூ.ஜி.சி. முன் குவிந்தனர். காவல்துறையினரின் தடைகள் யாவும் பலனற்றுப் போயின. ஸ்மிர்தி இரானி சாலைக்கு வந்து மாணவர் களுடன் பேசினார். நிச்சயம் இது பாராட்டப்பட வேண்டிய ஒரு நிகழ்வே. எனினும் பேச்சுவார்த்தை பயன்தரவில்லை. அவர் ஊடக வெளிச்சத்தில் மாணவர்களைச் சந்திக்க ஆர்வம் காட்டினாரே தவிர தீர்வு காண்பதில் ஆர்வம் காட்டவில்லை.

ஒருமுறை அமைச்சர் ஜே.என்.யு. வளாகத்திற்கே வந்தார். உணவுக் கூடத்தில் ஒரு Exhaust-fan பொருத்த உத்தரவிட்டார். ஆனால் பிரச்சனை எதுவும் வெளியேறவில்லை. ஸ்மிர்தி இரானியின் மாணவ ருடனான தொடர்பு பயன்தரவில்லை. உதவித்தொகை இழப்பால் தற்கொலை செய்துகொண்ட மாணவர் ரோஹித் வெமூலாவின் மரணம் நிலையை மேலும் மோசமாக்கியது.

Occupy UGC போராட்டம் பாட்டு, நாடகம், கவிதை எனப் புதுப்புது வடிவங்கள் எடுத்தது. பேராசிரியர்கள் அங்கேயே வகுப்புகள் எடுத்தனர். பனியையும் பொருட்படுத்தாது மாணவர்கள் இரவு பகலாகப் போராடினர். காவல்துறையினர் பி.ஜே.பி அரசின் கட்டளையால் கடுமையாக நடந்துகொள்ளத் துவங்கினர். தடியடிகள் கூட நடத்தப் பட்டன. பல மாணவர்கள் மருத்துவமனையில் சேர்க்கப்பட்டனர்.

ஆண் காவலர்கள் மாணவியரை அடித்தது அதிர்ச்சி தருவதாக இருந்தது. உரிமைக்காகப் போராடிய மாணவியரைக்கூட அடித்தது

அதிர்ச்சி தந்தது. அரசும், போலீசும் மாணவர்களை எதிரிகள் போல நடத்தினர். இத்தனை கொடுமைகள் நடுவிலும் ஒரு பெரிய நன்மை, மாணவர் ஒற்றுமை வலிமை பெற்றதே. சுயநலத்துடன், தன் முன்னேற்றமே பெரிது என எதைப் பற்றியும் கவலைப்படாத மாணவர்கள், பொதுவான ஆபத்தை உணர்ந்து ஒன்றுபட்டனர். பிஜேபி அரசு மாணவர்களுக்கும் கல்விக்கும் ஜனநாயகத்திற்கும், அரசியல் சாசனத் திற்கும் எதிரானவர்கள் என்பது தெளிவானது.

பல்வேறு கருத்து கொண்டவர்கள், வேறுபட்ட அமைப்புகளைச் சேர்ந்தவர்களும் ஒன்றுபட்டு நின்றோம். கூடாரமிட்டுத் தங்கினோம், பேசினோம், சாப்பிட்டோம், பாடினோம், போராடினோம். இது ஒரு புதிய அனுபவமாக இருந்தது.

தசராக் காலம் ராவணன் பொம்மைகள் எரிக்கப்பட்டதைக் கண்டபோது, மோடியே ராவணனாகத் தோன்றினார். வாழும் ராவணன் போன்ற மோடியே, ராவணன் பொம்மைக்கு நெருப்பு வைக்க ராம்லீலா மைதானத்திற்குப் போனது விந்தையாக இருந்தது. மோடி அந்த வழியாகச் செல்கிறார் என்பதால் நிறைய போலீஸ் போடப் பட்டிருந்தது. அது அவர்களின் பயத்தையே காட்டியது. 100 மாணவர்களைச் சுற்றி 500 போலீசார் நின்றனர். நாங்கள் கல் வீசுவோம் என்று எதிர்பார்த்தார்களோ, என்னவோ.

நாங்களும் சாக்குப் பைகள் கொண்டு, மத்திய அரசு எனும் பொம்மை செய்து, ஒரு ஏவுகணையை கொண்டு வருவதுபோல மறைத்து எடுத்துவந்து, நெருப்பிட்டுக் கொளுத்தி மகிழ்ந்தோம். ஆட்சியாளர்கள் எவ்வளவு வலிமை கொண்டவர்களான போதும், மக்களே அதிகம் பலம் வாய்ந்தவர்கள் என்பது தெளிவானது. அந்தப் பொம்மை எரிந்தபோது ஒரு புரட்சித் தீ பற்றி எரிவது போல உணர்ந்தோம்.

நள்ளிரவில் 100 மாணவர்களை 300 போலீசார் தாக்கினர். எங்களை ஒரு பஸ்ஸில் ஏற்றிப் போலிஸ் ஸ்டேஷனுக்குக் கொண்டு போனார்கள். ஆனால் அங்கிருந்த அதிகாரி எங்களை மரியாதையுடன் நடத்தினார். வேறு எந்தக் காவல் நிலையத்திலும் காட்டாத பரிவை தில்லி போலீசார் எங்களிடம் காடியது வியப்பூட்டியது. எங்களுக்கு இரவு தேநீர் தந்து அன்புடன் பேசினார். எங்களை யூ.ஜி.சி. வளாகத்தில் அடித்தவர்கள் கூட அன்புடன் நடத்தினர்.

குளிரில் நடுங்கிய எமக்குக் கணப்பூட்டப் போலீஸ்காரர்களே விறகு தந்தனர். அவர்களின் அன்பான செயல்பாடு எங்களை நெகிழச் செய்தது. அவர்களும் எங்களைப் போல ஏழைக் குடும்பத்தில் பிறந்து வந்தவர்கள்தானே?

தில்லி யூ.ஜி.சி. அலுவலகக் கழிப்பறைகள் பூட்டப்பட்டன. மின்சாரம் துண்டிக்கப்பட்டது. இதனால் எமது போராட்டத்தின் முக்கிய பலமாக இருந்த பெண்களைப் பங்கேற்காமல் செய்யும் யுக்தியானது இது.

'பெண் குழந்தைகளைப் பாதுகாப்போம்' என முழக்கமிடும் அரசு பெண்களைப் பழிவாங்க முயன்றது. வீட்டுக்கு வீடு கழிப்பறை கட்டுவோம் என்று விளம்பரப்படுத்தும் அரசு, கழிப்பறைகளைப் பூட்டும் மலிவான யுக்தியைக் கடைப்பிடித்தது.

யூ.ஜி.சி. அலுவலகத்திற்கு அருகில் ஒரு மசூதி இருந்தது. பெண் மாணவர்கள் அவற்றைப் பயன்படுத்த நினைத்தனர். ஆனால் அதனுள் நுழையக் கூடாதென போலீஸ்காரர்கள் தடுத்தனர். நல்ல மனம் கொண்ட முஸ்லீம்கள் அவற்றைப் பயன்படுத்த அனுமதித்தனர். மசூதியே எங்கள் போராட்டத்திற்குப் பெரும் துணையானது.

ஆனால் இரவு மூன்று மணிக்கு மசூதிக்குள் எதிரிகள் உள்ளார்கள், தேட வேண்டுமென போலீசார் நுழைந்தனர். எனினும் முஸ்லீம்கள் மாணவர்களுக்கு ஆதரவு தந்து உதவினர். போலிசும், அரசும் புதிய கட்டிடப் பணியை நிறுத்துவோம் என அச்சுறுத்தினர் என்ற போதும் அவர்கள் மாணவர்களுக்கு ஆதரவு தந்து உதவினர்.

27
மாணவர் ஒற்றுமை புதிய சக்தி

Occupy UGC போராட்டத்தின் போது நான் பிஹார், ஜார்கண்ட், மேற்கு வங்கம் ஆகிய மாநிலங்களுக்குக் கல்லூரிகளில் ஆதரவு திரட்டச் சென்றேன். பிஹாரில் மாணவர் உணர்வு மத்திய அரசுக்கு எதிராக இருந்தது. ஜார்கண்டில் பிஜேபி அரசு என்பதால் ராஞ்சி பல்கலைக் கழகத்தில் ஏபிவிபி. யினர் கலகம் செய்தனர். கூட்டத்தில் கல்வீசி ரகளை செய்தனர். ஆனால் மாணவர் கூட்டம் பெரிதாக இருந்ததால் அவர்கள் எதுவும் செய்ய முடியவில்லை.

மேற்கு வங்கத்தில் மாணவர்கள் ஆதரவு பெரிதாக இருந்தது. ஏ.பி.வி.பி யினர் மாணவர்களன்றி, ரௌடிகளைக் கொண்டே கற்களையும், செருப்பையும் வீசியும், மோசமாகப் பேசியும் இடையூறு செய்ய முயன்றனர். பல மாநிலங்களில் மாணவர்களையும், பேராசிரியர் களையும் சந்தித்து உரையாடியதில் இந்திய மாணவர்களின் பிரச்சினை கள் குறித்த தெளிவு கிடைத்தது. ஒவ்வொரு பல்கலைக்கழகமும் ஒவ்வொரு பிரச்சினையில் தவித்துக் கொண்டிருந்ததை அறிந்தேன். பாடத்திட்டம், ஆசிரியர்கள், விடுதிகள், உதவித்தொகை எனப் பல்வேறு பிரச்சினைகள் தீர்க்கப்படாது கிடந்தன. தில்லி பல்கலைக் கழகத்தில் ஏ.பி.வி.பி பெரும்பான்மை பெற்றிருந்த போதும் மாணவர் கள் தங்குவதற்கு இடமின்றித் தவித்தனர்.

ஜே.என்.யு வில் மாணவர்கள் ஏதாவது ஒரு வகையில் உதவித் தொகை பெற்று வந்தனர். ஆனால் பல பல்கலைக்கழக மாணவர்கள் எவ்வித உதவித்தொகையும் பெறாமலும், நூலக வசதி, விடுதி வசதி களின்றியும் கஷ்டப்படுவதைக் கண்டேன். எனவே ஒன்றுபட்ட போராட்டம் மூலம் தீர்வு காண்பது மாணவர் நலனுக்கு அவசியம் என்பதைத் தெரிந்து கொண்டேன்.

மாணவர் போராட்ட வரலாற்றில் Occupy UGC ஒரு முக்கிய மைல்கல். மாணவர்கள் நேரடியாக அரசுடன் போராடினர். நாட்டின் மாணவர்கள் அனைவருக்குமே ஒரு விழிப்புணர்வூட்டும் வாய்ப்பாக இது அமைந்தது. இதன் வெற்றிக்குக் காரணம் ஏதோ ஒரு மாணவர் அமைப்பு மட்டும் போராடவில்லை. ஏ.பி.வி.பி தவிர்த்து அனைத்து அரசியல் அமைப்புகளும் பங்கேற்று, சமமான பெருமை பெற்றன. முழுமையான கூட்டு ஜனநாயகச் செயல்பாட்டிற்கு இப்போராட்டம் ஒரு முன்னோடியாக இருந்தது.

மாணவர்களும், பொதுமக்களும் தாமாக முன்வந்து பங்கேற்றனர். என் படிப்பு-சுயதேவைகளை மறந்து நான் வேலை செய்தேன். பனிகாலமான போதும் பாதையோரத்தில், திறந்த வானத்தின் கீழ் நீண்டநேரம் விவாதித்துத் திட்டமிட்டோம். கருத்து வேறுபாடுகள் விமர்சனங்கள் இருந்தபோதும், விவாதித்து எடுத்த முடிவை ஒற்றுமை டன் செய்து முடித்தோம். புதிய நண்பர்கள் கிடைத்தார்கள். பழைய நண்பர்கள் உறவு உறுதியானது. அரசியல் வேற்றுமைகளிருந்தும், ஒன்றுபட்டுச் செயல்படக் கற்றோம்.

அரசு மாணவர் போராட்டத்தை முடக்கச் செய்த முயற்சிகள் தோல்வியே கண்டன. பிற நகரங்களின் மாணவர்களைக் குறிவைத்துத் தாக்கியது. ஹைத்ராபாத் மத்தியப் பல்கலைக்கழக மாணவர்கள் மீது நடவடிக்கை எடுக்கப்பட்டது.

புதிய புதிய பிரச்சினைகளை ஒவ்வொரு பகுதி மாணவர்களும் எழுப்பினர். ஆதிவாசி மாணவர்கள் தங்களது வரலாறு, பாடப் புத்தகங்களில் ஏன் இல்லை என்று கேள்வியெழுப்பினர். தலித் மாணவர்கள் ஜாதிப்பிரிவினை பிரிட்டிஷ்காரர்கள் உருவாக்கியது என்பது பொய். பல ஆயிரம் ஆண்டுகளாக இந்துமதம் புகுத்தியதே என்றனர். காந்தி, மார்க்ஸ் மட்டுமல்ல, அம்பேத்கரும் பாடத்திட்டத்தில் சேர்க்கப்பட வேண்டுமென்றனர்.

ஹைத்ராபாத்தில் இடதுசாரி எஸ்.எஃப்.ஐ. யும் அம்பேத்கர் மாணவர் இயக்கமும் (ஏ.எஸ்.ஏ) இணைந்து ஏ.பி.வி.பி யை எதிர்த்துப் போராடின. 2013 முசாபர்நகர் கலவரம் பற்றிய குறும்படம் வெளியீட்டை ஏ.பி.வி.பி யினர் எதிர்த்துக் கலகம் செய்தனர். ஹைதராபாத்தில் ரோஹித் வெமூலாவையும் அவரது நண்பரையும் தாக்கினர். அவர் மீது விசாரணையில் வெகுலாமீது தடை விதித்தனர்.

ஜே.என்.யு. வில் அவர்களுக்கு ஆதரவாக ஜனவரி 18 அன்று போராட்டம் நடத்த முடிவு செய்தோம். ஆனால் ஜனவரி 17 அன்று ரோஹித் வெமூலா தற்கொலை செய்தி கிடைத்தது. அவர் தனது

கடிதத்தில், "மனித மதிப்பீடுகள் கேவலமாகி, வெறும் எண்ணாகவும், வாக்காகவும் மாற்றப்பட்டுள்ளது. மனித மனம் மதிக்கப்படு வதில்லை. பெருமைக் குரியனவெல்லலாம் குப்பையாக வீசப் படுகின்றன" என்று மனம் வெதும்பி எழுதினார்.

ஆர்ப்பாட்டம் பேரியக்கமாக மாறியது. நாடு முழுதும் வெமூலாவுக்கு நீதி கேட்டுப் போராட்டங்கள் வெடித்தன. மக்கள் போராடுபவர்களுக்கு முன்வந்து உதவினர். போலீசாலும், சங்பரிவாரின ராலும் தாக்கப்பட்டவர்களுக்கு டாக்டர்கள் இலவச சிகிச்சை செய்தனர். போராட்டம் மக்கள் மனங்களைத் தொட்டது. முன்பு பெரிய தலைவர்களால், பெரிய போராட்டங்கள் துவக்கப்பட்டன. இப்போது சாதாரண மனிதர்களின் போராட்டத்திற்கு மக்கள் சமூகம் துணை நிற்கிறது. சிறிய போராட்டங்கள், பெரிய மக்கள் போராட்டமாகிறது.

தேர்தல் அரசியல்வாதிகள் மக்களின் உண்மைப் பிரச்சினைகளை அறியவில்லை. கவலைப்படவில்லை. போராடவில்லை. எனவே மக்களே தங்கள் தேவைகளுக்காக, தமது உணர்வுகளைக் கொட்டத் தாமே போராடுகின்றனர். அரசியல் கட்சிகள் மக்களைப் புரிந்து கொள்ளாமல், அவர்களது கற்பனை உலகில் வாழ்கிறார்கள். மக்கள் போராட்டங் களை மதிக்காத அரசியல் கட்சிகளை, தலைவர்களை மக்களும் மதிக்க மறுக்கின்றனர். இப்படித் தனித்தனியாகத் தமது சிறுசிறு பிரச்சினை களுக்குப் போராடும் மக்களிடையே புதிய ஒற்றுமை வளர்ந்து, அதுவே இயக்கமாகிறது. விவசாயிகளுக்காக மாணவர்கள் போராடுகிறார்கள். மாணவர்கள் பிரச்சினைகளில் பொதுமக்கள் ஆர்வம் காட்டுகின்றனர். பண்பாட்டுப் பிரச்சினைகளில் மாணவர்கள் எழுத்தாளர்கள், பொதுமக்கள் இணைகின்றனர்.

இரண்டாவதாக வேற்றுமையின்றி ஒன்றுபடும் ஒரே மாபெரும் சக்தியாக மாணவர்களே உள்ளனர். ஜாதி, மதம் என எதுவும் அவர்களைப் பிரிப்பதில்லை. படிப்பதற்கு உதவ வேண்டிய அரசு கல்வியை வணிகமாக்க அனுமதிப்பதை மாணவர்கள் வெறுத்துப் போராட ஒன்றுபடுகிறார்கள். அது மாணவர்களின் பொதுப் பிரச்சினை யாகிறது. படித்த மாணவர்கள் உலகப்பார்வை பெற்றுத் தமது சமுதாயத்தை ரோஹித் வெமூலா போல மாற்றப் போராடுகின்றனர்.

சமுதாயத்தின் ஓரங்கமான மாணவர்கள் தங்களது குழந்தைகளே என்பதால் சமூகம் அவர்களுக்குத் துணை நிற்க வருகிறது. எனவே மாணவர் போராட்டம் சமூகப் போராட்டமாகிறது. எனவேதான் கல்விக்கூடங்கள் போராட்டக் களமாகி வருகின்றன.

மாணவர்களும் - சமுதாயமும் ஒன்றுபட்டுப் போராடுவதை அரசு அடக்க முயல்கிறது. மாணவர்கள் தாக்கப்படுகின்றனர். அதிலும் குறிப்பாக ஜே.என்.யு. குறிவைத்துத் தாக்கப்படுகிறது. சுப்பிரமணிய சுவாமி உட்பட ஆர்.எஸ்.எஸ். பி.ஜே.பி. சங்பரிவார் யாவும் ஜே.என்.யு. வை மூடத் துடிக்கின்றனர்.

ஜே.என்.யு. தீவிரவாதிகள் முகாம் என்கின்றனர். விடுதிகள் யாவும் மூடப்பட வேண்டுமென்கின்றனர். நிதிவுதவிகள் யாவும் நிறுத்தப்பட வேண்டும் எனக் கூறுகின்றனர். ரோஹித் வெமூலா மரணத்திற்கு நீதி வழங்கப்பட வேண்டுமென போராட்டம் நாடு முழுதும் எழுகையில் பிப்ரவரி 9 நிகழ்வு அதிர்ச்சி தருவதாக நடந்தது.

28

பரமசிவன் கழுத்துப் பாம்பு

பிப்ரவரி 8 அன்று மாணவர் மன்றம், மக்கள் பாடகர் ஷீதல் சேத் மற்றும் அவரது கணவர் சசின் மாலியின் குழுவின் இசை நிகழ்ச்சிக்கு ஏற்பாடு செய்திருந்தது. சசின் மாலியை மாவோயிஸ்ட் என்று குற்றம் சாட்டிக் கைது செய்திருந்தனர். ஷீதல் பெயிலில் வெளிவந்திருந்தார். இரவு நெடுநேரம் நிகழ்ச்சி நடந்தது.

நிகழ்ச்சிக்கான ஏற்பாடுகளைப் பலநாட்கள் முயற்சி எடுத்து ஏற்பாடு செய்திருந்தோம். நான் மாணவர் நிகழ்ச்சிக்காக ரூர்கேலா சென்று வந்த களைப்பில் ஓய்வெடுத்துக் கொண்டிருந்தேன். மறுநாள் தாமதமாக எழுந்து, தாபாவில் சாப்பிட்டுக் கொண்டிருந்தேன். “சபர்மதி தாபாவில் அடிதடி நடக்கிறது” என்றார்கள்.

ஏ.பி.வி.பி. மாணவர்கள் சபர்மதி தாபா நோக்கி ஓடுவது கண்டு, ஏதோ விபரீதம் நடக்கிறது என்று நானும் ஓடினேன். அவர்கள், “நாங்கள் துப்பாக்கி குண்டுகளால், பேசுவோம். ரத்தத்தால் திலகமிடுவோம்” என்று கத்திக்கொண்டே ஓடினர். ஒருவன், “அப்சல் குரு தேசத்துரோகி. அவனுக்கு விழா எடுப்பீர்களா?” என்று என்னிடம் கேட்டான். “நாங்கள் ஏன் 2001ல் நாடாளுமன்றத் தாக்குதலில் குற்றம் சாட்டப்பட்டு, மரண தண்டனை விதிக்கப்பட்டவரை கொண்டாட வேண்டும்?” என்று கேட்டேன்.

தூரத்தில் ஒரு பெண், நண்பர்களின் பாதுகாப்பு வளையத்திற்குள் நின்றுகொண்டு பேசிக் கொண்டிருந்தார். பக்கத்தில் சில போலீஸ்காரர்கள் நின்றுகொண்டிருந்தனர். சற்று நேரத்தில் ஒரு ஊர்வலம் கங்கா தாபா நோக்கிச் சென்றது. ஏ.பி.வி.பி. காரர்கள் அவர்களைத் தடுக்க முயன்றனர். நான் காவலர்களை மோதல் வராமல் இரு குழுக்களையும் பாதுகாக்கக் கேட்டுக் கொண்டேன். மோதல் தவிர்க்கப்பட்டது. கங்கா தாபாவில்

நூறு போலீஸ்காரர்கள் நின்றார்கள். ஏபிவிபி. யும், பிறரும் எதிரெதிராக நின்றனர்.

"ஷியம் பிசாத் உயிர்விட்ட காஷ்மீர் எமது. அதை சீனாவின் கூலிகள் ஆக்கிரமிக்க விடமாட்டோம்" என்று ஏ.பி.வி.பி. யினர் கூச்சலிட்டனர். மறுகுழுவினர், ஜே.என்யு. உங்கள் சொத்தல்ல ரௌடிகள் அராஜகத்தை அனுமதியோம்" என எதிர்குழுவினர் கோஷமிட்டனர். காவல்துறை அதிகாரி என்னைப் பேசி சமாதானம் செய்ய வேண்டினார். நான் எமது குழு மாணவர்களிடம் பேசினேன். "மோடி சொன்ன நல்லநாள் அவர் வாக்களித்தது போல வராது. அவர் சொன்னபடி வேலை வாய்ப்பையும் உருவாக்க மாட்டார். அவர்கள் ஏதாவது பயனற்ற பிரச் சினைகளை உருவாக்குவார்கள். பிஜேபி நியமித்த துணைவேந்தர் அவர் களின் கைப்பாவையே. எனவே அவர்களுடன் வீணே போராடிப் பயனில்லை. நாம் நமது வேலையை கவனிப்போம்," என்று கூறி மோதலைத் தவிர்த்தேன்.

நிகழ்ச்சியில் மைக் வைக்கவோ, சுவரொட்டி ஒட்டவோ கூடாதெனத் தடை விதிக்கப்பட்டது. கவிதைகள் மட்டும் மைக்கில் வாசிக்கப்பட்டன. ஏ.பி.வி.பி. யினர் எஃப்.டி.ஐ.ஐ. திரைப்படங்கள் திரையிடப்படுவதைத் தடுத்தனர். மையத்தில் அவர்களது அரசு இருக்கும் துணிவில் அவர்கள் நினைத்ததையெல்லாம், நிறைவேற்றத் துடித்தனர். மகிசாசுரன் பற்றிய குறும்படம் திரையிடுவது, துர்க்காதேவிக்கு எதிரானது என்று தடுத்தனர்.

பின் நான் மாணவர் யூனியன் தேர்தலில் தலைவர் என்ற முறையில் பேசினேன். ஜே.என்யு. வின் விதிப்படி தேர்தல் நடக்கும் என்று உறுதி கூறினேன். ஆனால் முன் கூறியவது லிங்டேவின் குழு முடிவுவழியில் தேர்தல் நடத்த முடிவு செய்யப்பட்டது. ஏ.பி.வி.பி. மாலை நிகழ்வு பற்றிக் காவல் நிலையத்தில் இதுபற்றி குறை எழுதிக்கொடுத்தனர். ஆனால் மாணவர் பிரச்சினையில் போலீஸ் என்ன செய்ய முடியும்? நான் நண்பர் களுடன் காவல் நிலையம் சென்று, எவ்விதமான மோதலும் நடக்க வில்லை என்றும், ஏதாவது குறையிருந்தால் ஏ.பி.வி.பி. பல்கலைக்கழக நிர்வாகத்திடம் பேச வேண்டுமே தவிர, காவல் நிலையத்தில் குற்றம் சொல்வது தவறு என்றேன்.

காவல்துறை நடவடிக்கை எடுக்க மருத்துவச் சான்றிதழ் வேண்டும். அவர்களிடம் அது இல்லை. ஏ.பி.வி.பி. யினர் கொடுத்த குற்றச்சாட்டில் பிற மாணவர் அமைப்பின் முன்னணித் தலைவர்கள் மீது, குறிப்பாக தலித், முஸ்லீம் தலைவர்கள் மீதே குற்றம் சுமத்தி இருந்தனர்.

இது பயனற்ற குற்றச்சாட்டு. எனவே எவ்விதப் பயனும் இருக்காது என்ற முடிவுடன் நான் வெளியே வந்தேன். எனவே அவர்கள் பயனற்ற சதியில் ஈடுபட்டுள்ளனர் என்பது தெளிவானது.

29

உரிமைக்குரல்

மறுநாள் போன் சத்தம் கேட்டு எழுந்தேன். ஒரு தொலைக்காட்சி யினர் அப்சல்குரு நினைவு நாள் கொண்டாட்டம். அதில் எழுப்பப் பட்ட இந்திய எதிர்ப்பு கோஷங்கள் பற்றிய கேள்விக்கு பதிலளிக்க வேண்டுமென்று கேட்டனர். எனக்கு அக்கேள்வியே அதிர்ச்சியாக இருந்தது. எனினும் நான் அதில் பங்கேற்க ஒப்புக் கொண்டேன்.

ஜே.என்.யு வில் அப்சல்குரு நினைவு நாள் கொண்டாடப் படவில்லை. தேச எதிர்ப்பு கோஷங்கள் போடப்பட்டிருந்தால் அது கண்டிக்கத் தக்கது என்றேன். பல்கலைக்கழகத்தில் மாணவர் உரிமை களுக்குப் போராடுவதற்கு பதில் ஏ.பி.வி.பி., அரசின் உளவாளி போல தேவையற்ற மோதலை வளர்க்கிறது என்றேன்.

பல தொலைக்காட்சிகளும் பேட்டி கேட்டன. நியூஸ் 24 என்னை ஸ்டுடியோவிற்கு அழைத்து நேர்முகப் பேட்டி எடுத்தது. எனக்குத் தொலைக்காட்சி பார்ப்பதற்கு நேரம் கிடைப்பதில்லை. எனவே அதிகம் பார்ப்பதில்லை.

தொலைக்காட்சியினர் கார் அனுப்பினர். அதில் ஏபிவிபி. மாணவப் பிரதிநிதியும் வந்தார். நான் அதை எதிர்க்கவில்லை. ஏ.பி.வி.பி. யினர் அப்போது ஆர்ப்பாட்டம் நடத்திக் கொண்டிருந்தனர். வழியில் பேசிக்கொண்டு, அவர் கொடுத்த கடலையைச் சாப்பிட்டுக்கொண்டு போனோம். அரசு என்னைச் சிறையிலிட்டுக் கடலை கொடுப்பதற்கு முன்னோட்டம் என்பதை நான் அறியவில்லை.

ஒரு காங்கிரஸ்காரரும், ஒரு இந்து மகாசபாக்காரரும் விவாதத்தில் பங்கேற்க இருந்தனர். முதல் நாள் அப்சல் குரு நிகழ்ச்சி நடந்ததாகக் கூறும் வீடியோவைக் காட்டினர். அதில் இந்திய எதிர்ப்பு கோஷங்கள்

போடுவது காட்டப்பட்டது. ஜே.என்.யு. வில் இது நடந்தது என்பதை என்னால் ஏற்க முடியவில்லை. ஆனால் அப்படி நடந்திருந்தாலும் அது தவறு, கண்டிக்கத்தக்கது என்பதில் நான் உறுதியாக இருந்தேன். அது ஜே.என்.யு. வின் புகழைக் கெடுப்பதற்கான சதி என்றே நான் கருதினேன்.

3000 மாத வருமானமுள்ள ஏழைகளின் பிள்ளைகள் பி.எச்.டி. படிப்பதைத் தடுக்கும் பிஜேபியினரின் சதி என்றே கருதினேன். மேலும் ரோஹித் வெமுலா தற்கொலை பிரச்சினையை திசை திருப்பும் முயற்சி என்றே கருதினேன்.

நான் இந்த நிகழ்ச்சியை முடித்தவுடன் ஜீ டி.வியினர் என்னை அழைத்தது. நிகழ்ச்சி நடத்துனர், தானே ஜே.என்.யு. வில் நடந்ததைப் பார்த்தது போல, ஒரு ஆர்.எஸ்.எஸ். காரர் பேசினார். அவர்கள் காட்டிய வீடியோ காட்சி அவர்களே தயாரித்தது போலவே இருந்தது. எனவே நீங்கள் ஆர்.எஸ்.எஸ். சம்பளக்காரரா என்று கேட்டேன். பின் நிறைய அனாமதேயச் செய்திகளும், போன் பேச்சுக்களும் என்னை மிரட்டும் வகையில் வந்தன.

பிப்ரவரி 11 மாணவர் யூனியன் இரண்டு செயல்களில் ஈடுபட்டது தேச விரோத கோஷம் எழுப்பியது தவறு என்று சுற்றறிக்கை வெளியிட்டோம். ஏ.பி.வி.பி ஜே.என்.யு வை இழிவுபடுத்தும் செயலில் ஈடுபடுகிறது என்று கண்டித்து ஆர்பாட்டம் நடத்தினோம். ஊடகங்கள் எங்கள் செய்தியை சிறப்பாக வெளியிட்டன. துணை வேந்தரைச் சந்தித்து இச்சம்பவம் பற்றி முழுமையாக விசாரணை நடத்தக் கோரினோம். அவர் இதை ஏற்றுக்கொண்டார்.

விசாரணைக் குழு உறுப்பினர்கள் பற்றிய விபரத்தையும் கேட்டோம். துணைவேந்தர் பதிவாளர் அதை முடிவு செய்வார் என்றார். ஊடகங்கள் இந்நிகழ்வைப் பெரிதுபடுத்துவதால் அமைதியான முறையில் விசாரணை நடத்துவது முக்கியமெனக் கருதினார்.

நாங்கள் விசாரணைக் குழுவில் பரவலாக அனைத்துப் பகுதியினரும் சமமாக இடம்பெற வேண்டினோம். ரோஹித் வெமுலா மரணம் பற்றிய விசாரணைக் குழுவில் அனைத்துக் குழுவினரும் சமமாக இடம் பெறவில்லை. அதுபோல இதில் நடந்துவிடக்கூடாது என வலியுறுத்தினோம். வெமுலா விசாரணைக் குழு பற்றி ஆர்ப்பாட்டம் நடத்திய போது சுவரில் ஜெய்பீம் என்ற தலித் கோஷம் எழுதப்பட்டது. இது சாதாரணமானது என்ற போதும் காரணம் கேட்டு எழுதினர்.

விசாரணைக் குழுவில் இடம் பெற்றோர் பெயரைக் கேட்ட போது, பதிவாளர் மூன்று பெயர்களைக் கொடுத்தார். அவர்கள் சம நீதிக்கு

எதிரானவர்களே. எனவே பொதுவான இருவரைச் சேர்த்து ஐவர் குழு அமைக்க வேண்டினோம். பிரச்சினை எழுவதற்கான காரணம் கண்டு பிடிக்கப்பட வேண்டுமென்றோம். ஆனால் ஏ.பி.வி.பி குறுக்கீட்டால் அது மறுக்கப்பட்டது.

நான் பதிவாளர் அறையிலிருந்து வெளியேறிக் கீழே காத்திருந்த மாணவர்களிடம் பேசினேன். தேசதுரோகம் பற்றிப் பேசும் ஆர்.எஸ்.எஸ். நாட்டின் விடுதலைப் போராட்டத்தில் பங்கு பெறவேயில்லை. அவர்கள் தேசப்பற்று பற்றிப் பேசத் தகுதியற்றவர்கள் என்றேன்.

நாட்டுக்கெதிரான கோஷம் எழுப்பப்பட்டதைத் தடுக்கும் கடமையை நிர்வாகம் உடனே செய்திருக்க வேண்டும். எனவே அதைத் தடுக்காத தவறு நிர்வாகம், போலீஸ் மீதே உள்ளது. அதை அரசியலாக்க அனுமதிப்பது தவறு என்று குற்றம் சாட்டினேன்.

அவர்களே மூவர்ண தேசியக் கொடியை எரித்த தேச துரோகிகள் பிரிட்டிஷ்காரரிடம் மன்னிப்புக் கடிதம் எழுதிக் கொடுத்த மாவீர சவர்க்கரின் வழிவந்தவர்கள். ஹரியானாவின் பகத்சிங் பெயரிடப்பட்ட விமானநிலையத்தின் பெயரை மாற்றிய தேசபக்தர்கள் இப்போது அதற்கு ஆர்.எஸ்.எஸ். காரர் சிங்கியின் பெயர் சூட்டியுள்ளனர். எனவே நமது தேச பக்திக்கு, அந்த தேசதுரோகிகளின் சான்றிதழ் தேவையில்லை.

இந்த நாடு எமது. இந்த நாட்டுக்குத் தியாகங்கள் செய்தவர்கள் நாங்கள். இந்த நாட்டின் பெரும்பான்மை ஏழைகளின் நலவாழ்வுக்குப் போராடுபவர்கள். எங்களுக்கு மக்கள் சேவையே வழிபாடு. நாங்கள் அரசியல் சாசனத்தை அதை உருவாக்கிய பாபா சாகிப்பை மதிப்பவர்கள். அரசியல் சாசனத்தை மாற்றத் துடிக்கும் ஆர்.எஸ்.எஸ். ஐ எதிர்ப்பவர்கள். மனுநீதி உழைக்கும் மக்களுக்கு எதிரான உயர்ஜாதி நீதி மனு பாதுகாக்கும் ஜாதிய முறையை எதிர்ப்பவர்கள் நாங்கள்.

அம்பேத்கரின் அரசியல் சாசனம் மரணதண்டனையை ஏற்க வில்லை. அவர் போற்றிய எழுத்துரிமையை, பேச்சுரிமையைப் போற்று பவர்கள் நாங்கள் இவற்றையெல்லாம் மறைத்துப் போலி முகமூடி யுடன் இரட்டை வேடம் போடுபவர்கள் ஏபிவிபி.யினர். அவர்கள் பேசும் ஒற்றுமை, பெரும்பான்மை மக்களை அடிமையாக்குவதே. மனுஸ்மிர்தி இரானி பேசும் ஒற்றுமை போலித்தனமானது. அவர்கள் உயிர்கல்வியை ஏழை மக்களுக்கு மறுப்பவர்கள். எனவேதான் உயர்கல்வி நீதி ஒதுக்கீட்டை 17% குறைத்து விட்டனர்.

புதிய மாணவர் விடுதிகளை அவர்கள் கட்டவில்லை. பஸ் வசதி, தொலைத் தொடர்பு வசதி, போன்றவை முடக்கப்படுகின்றன. ஆனால்

ஏ.பி.வி.பி. யினர் போலிப் போராட்டம் நடத்தி ஏமாற்றுகிறார்கள். அவர்களை தேசம் முழுதும் விவாதம் நடத்தி, அவர்களது போலி முகமூடியைக் கழற்றி, உண்மை உருவத்தைக் காட்ட முடியும். நாங்கள் விவாதங்களை வரவேற்கும் ஜே.என்.யு. வின் அறிவு மரபின் பிரதிநிதிகள் போலிப்பழமைவாதிகளல்ல. நாங்கள் பெண்களின் சமத்துவத்தை தலித் சிறுபான்மையினர் உரிமைகளை, பழங்குடி மக்களின் எதிர்காலத்தைப் பாதுகாக்கப் போராடும் எங்களைத் தான் போலிதேசியவாதிகளான சுவாமிகள் தேசத் துரோகிகள் என்கின்றனர்.

ஒரு நல்ல ஜே.என்.யு. மாணவனான நான் ஏ.பி.வி.பி. க்காரர்களை விவாதத்திற்கு அழைக்கிறேன். அவர்கள் ரத்த திலகத்தையும், துப்பாக்கி குண்டுகளையும் ஆராதிக்கிறவர்கள். உரையாடலை விரும்புகிறவர்கள் அல்ல. பிரிட்டிஷ்காரர்கள் இந்தியரைக் கொன்றார்கள். ஆனால் இவர் களே இஸ்லாமியர்களையும், தலித்துகளையும் கொன்று குவிக் கிறார்கள். சமத்துவம் கேட்கும் பெண்களை எரிக்கிறார்கள். ஐந்து விரல்களும் சமமாக இல்லை என்பதுதான் அவர்களின் சமூக வாதம். பெண்கள் சீதைபோல அக்கினி பரிட்சையை ஏற்க வேண்டுமென் கிறார்கள். அரசியல் சட்டம் வழங்கிய சமத்துவத்தை ஜனநாயகத்தை அவர்கள் மதிப்பதும் இல்லை. ஏற்பதுமில்லை. மாற்றவே துடிக் கின்றனர். சமத்துவமற்ற சனாதனமே அவர்களின் தர்மம். அம்பானி, அதானி நலனுக்காக இந்திய மக்களை இந்திய வளங்களை அடகு வைக்கத் தயங்காதவர்கள்.

நாம் மனுவாத, பிராமணீய ஜாதி, மத, பண்பாட்டு வேறுபாடு களை அழிக்கவே பாடுபடுகிறோம். அவர்களின் பண்பாடு பற்றிய விளக்கம் நம்மை ஒதுக்கியது. அவர்கள் ஹிட்லரின் பக்தர்கள். நாம் மார்க்சின் வழிநடப்பவர்கள். நாம் அம்பேத்கரைப் போற்றுகிறோம். அவர்கள் கோல்வால்கரைத் துதிக்கிறார்கள். அவர்கள் மத நல்லிணக் கத்தை விரும்பவில்லை. மத மோதலே அவர்கள் இருப்புக்காக முக்கியத் தேவை. அவர்கள் பிரிட்டிஷ் கைக்கூலிகளாக வாழ்ந்தவர்கள். அவர் துரோக வரலாறைப் பற்றிப் பேசும் என்மீது, அவர்கள் வழக்குத் தொடரட்டும். நீதிமன்றத்தையே விவாத மேடையாக்கி அவர்களது உண்மை முகத்தை உலகுக்குக் காட்டுவேன். இந்தப் பிறவி துரோகிகள் தான், சிறைப்பட்டு, உயிர் தந்த நம்மை தேசதுரோகிகள் என்கிறார்கள்.

என் கைபேசியில் அவர்களின் சாக்கடை வார்த்தைகள் நிறைய உள்ளன. என் அம்மாவை, அப்பாவை, சகோதரிகளை இழிவு செய்யும் தரங்கெட்ட வார்த்தைகளைக் கொட்டுகிறார்கள். இவர்கள் எந்த இந்தியத் தாயை வணங்குகிறார்கள்? என் தாய் இந்தியத் தாயின்

பிள்ளையல்லவா? அவர்களது மேல்ஜாதி இந்தியத்தாய் என் இந்தியத் தாயாக இருக்க முடியாது.

என் இந்தியத்தாய் ஒரு அங்கன்வாடி ஊழியரே. என் இந்தியத்தாய் 3000 ரூபாயில் குடும்பம் நடத்துபவரே. ஒரு ஏழைத் தாயை இழிவு படுத்தும் இவர்களை நாம் ஏற்கவில்லை. கிராமத்து தலித் விவசாயி இந்தியத் தாயின் பிள்ளையே. அவர்களே இந்தியாவின் தந்தைகள். என் தாயும், தந்தையும், சகோதரிகளும் இந்தியத் தாயின் குழந்தைகளே. அவர்களைத் தீண்டத்தகாதவர்களென்றால் இந்தியத் தாயே தீண்டத்தகாதவள் தான். அவர்களுக்கு பகத்சிங் தூக்குமரத்தில் தொங்கும்போதும் முழங்கிய ‘புரட்சி ஓங்குக’ கோஷத்தை ஒலிக்கும் துணிவுண்டா? நாட்டின் விடுதலைக்காக உயிர்த்தியாகம் செய்த முஸ்லீம்களை வணங்கும் உண்மை தேசபக்தி அவர்களுக்கு உண்டா?

அவர்கள் அம்பேத்கரின் 125வது பிறந்த நாளைக் கொண்டாடுவது ஏமாற்று. அப்படியானால் இந்துமதத்தைத் துறந்து, இந்துவாகச் சாக மாட்டேன் என்று பௌத்தம் தழுவிய அவரை ஏற்கத் தயாரா? தலித்து களுக்கும் வேலை வாய்ப்பைத் தரத் தனியார் துறையிலும் இட ஒதுக்கீடு கொண்டுவர முன் வருவார்களா?

இந்த நாடு எப்போதும் மேல்ஜாதியினருடையதாக இருந்த தில்லை. இனி எப்போதும் அப்படி மாறாது. பட்டினியில் வாடும் ஏழைகள் பற்றிக் கவலைப்படாத நாடு எமதல்ல. எமது நாடு ஏழைகளின் நாடு. உழைப்பவரின் நாடு.

பாசிசம் வெல்லுமானால், இந்த நாட்டின் ஜனநாயகம் கொல்லப்படும். சுதந்திர ஊடகங்களின் வாயடைக்கப்படும். செய்தித்தாள்கள் சென்சார் செய்யப்பட்டே அச்சிடப்படும் அவசரநிலை காலத் தற்காலிகக் கொடுமைகள் மீண்டும் நிகழ அனுமதிக்க மாட்டோம்.

படித்த நண்பர்கள் சொல்கிறார்கள், ஜே.என்.யு. மக்கள் வரிப் பணத்தில் சலுகையுடன் நடத்தப்படுகிறது என்று. ஆம். இது உண்மையே. இதில் படிப்பவர்கள் இந்திய இளைஞர்கள்தானே. இவர் கள் கல்வியறிவு இந்தியாவின் நலனுக்கானது தானே. இது சலுகையல்ல. இந்தியாவின் நலனுக்கான முதலீடு அன்னிய முதலாளிகளுக்கு அரசு இலவச நிலம், நீர், மின்சாரம் தந்து வரவேற்று, லாபத்தை எடுத்துப் போவது பற்றி இவர்கள் ஏன் பேசவில்லை? இத்தகைய பல்கலைக் கழகங்கள் இல்லையென்றால் நாடு பாழ்நிலமே ஆகிவிடும். படித்த இளைஞர்கள் நாட்டின் செல்வமல்லவா? விளைந்து பலன் தரும் வயல்களல்லவா?

மக்கள் நலனை, பண்பாட்டை, நம்பிக்கைகளை, எதிர்பார்ப்புகளை, உரிமைகளை ஈடுசெய்யாத நாடு நாடே அல்ல. நாங்களே பகத்சிங், அம்பேத்கர் கனவு கண்ட நாட்டின் சிற்பிகள். ரோஹித் வெமூலா இந்த லட்சியங்களுக்காகவே உயிர்த்தியாகம் செய்தார்.

சங்கிகளின் கனவு பலிக்காது. ஜே.என்.யு. வை அழிக்க அனுமதிக்க மாட்டோம். ரோஹீத் வெமூலாவின் தியாகம் வீண் போகாது. ஜே.என்.யு. வின் உரிமைகளைப் பாதுகாக்கப் போராடுவோம் வளரும் நாடுகளின் ஒற்றுமை பாதுகாக்கப்பட வேண்டும். பாகிஸ்தானுடனான பகைமை நிரந்தரமல்ல. மானுட ஒற்றுமை மூலமே ஏழை நாடுகளின் உரிமை பாதுகாக்கப்படும், சுரண்டல் தடுக்கப்படும். மதவாதம், ஜாதிவாதம் மக்களைப் பிரிப்பன அவற்றை வளரவிடமாட்டோம். அவற்றின் பின் பிராமணியமும், முதலாளித்துவமும் மறைந்து வாழ்கின்றன.

நம் வேறுபாடுகளை விஞ்சி நாம் ஒன்றுபடுவதன் மூலமே நமது உரிமைகளை, அரசியலமைப்புச் சாதன உரிமைகளைப் பாதுகாக்க முடியும். நமது நாட்டின் ஒற்றுமையை மதவாதத்தால் பாதுகாக்க முடியாது. பாசிசம் சிறுபான்மை மக்களை, ஏழைகளை அடிமைப் படுத்துவது சமவுரிமைகளை, சமநீதியைப் பாசிசம் அனுமதிக்காது.

கசாப்பை, அப்சல் குருவை குண்டுகளால் சுட்டுக் கொன்றவர்கள் யார்? இதைக் கேள்வி கேட்பது தவறா? இதைக் கேள்வி கேட்காத பல்கலைக் கழகம் சுயசிந்தனையற்றதே. நீதி என்பது என்ன? வன்முறைகளுக்குக் காரணம் யார்? துப்பாக்கியால் சுடுவது மட்டுமா வன்முறை? தலித், ஏழை மக்களின் உரிமைகளை மதிக்காது வஞ்சிப்பது வன்முறையல்லவா? மக்களுக்கு அரசியல்சாசனம் வழங்கிய உரிமைகளை மறுப்பது வன்முறையல்லவா?

நீதி எது? அதை யார் முடிவு செய்வது? ஆட்சியாளர்களா? சிறு எண்ணிக்கையிலான பிராமணர்களா? தலித்துகளைக் கோவிலுக்குள் நுழையாதே என்பது என்ன நீதி? பிரிட்டிஷ்காரர்கள் நாய்களையும், இந்தியர்களையும் தமது சாலைகளில் அனுமதிக்க மாட்டோம் எனத் தடுத்தனர். அதற்கும் இதற்கும் என்ன வேறுபாடு? சமத்துவம் தராத உரிமை மேல்ஜாதியினருக்கானதே. அப்படியானால் இந்த நாடு எமக்கானதல்லவா? எமக்கு உரிமை தராத அரசு எமக்கான அரசாக முடியாது. சம உரிமை தரும் சட்டத்தையே. அரசையே எமது என்று ஏற்போம்.

நாம் எப்போதும் வன்முறைகளை ஆதரிப்போரல்ல. நாம் தீவிரவாதத்தை எதிர்ப்போம். பாகிஸ்தான் வாழ்க கோஷம் இங்கு கண்டிக்கத்தக்கது.

ஏ.பி.வி.பி. எழுப்பும் கோஷங்கள் அருவருக்கத்தக்கன. அவர்கள் "கம்யூனிஸ்ட் நாய்கள், அப்சல் குருவின் நாய்கள்" என்கிறார்கள். இது நாகரிகமான சமுதாயம் சார்ந்தவர்களின் செயல்பாடாக இல்லை. ஜே.என்.யு. நிர்வாகம் இத்தகைய செயல்பாட்டை ஒரு கல்வி நிலையத்தில் அனுமதிக்கலாமா? அவர்கள் அரசுக்கு வேலை செய்கிறார்களா? ஆர்.எஸ்.எஸ். க்கு வேலை செய்கிறார்களா?

நிர்வாகம் நமக்கு முதலில் கூட்டம் நடத்த அனுமதி வழங்குகிறது. பின் நாக்பூரிலிருந்து உத்தரவு வந்ததும் தடுக்கிறது. ஏன், யார் உத்தரவால் இது நடக்கிறது? ஏபி.விபி நண்பர்களுக்காக நான் வருத்தப் படுகிறேன். எஃப்.டி.ஐ.ஐ. யில் கஜேந்திர சௌஹான் பதவி ஏற்கிறார் என்றவுடன் அவர்கள் மகிழ்ச்சியில் குதிக்கிறார்கள். இப்படி தமது ஆட்களை எங்கும் நிலைநாட்ட விரும்புகிறார்கள். அவர்களுக்கு பாரத மாதாவோ, தேசியக் கொடியோ முக்கியமல்ல, மதிப்பிற்குரியதுமல்ல. பதவி வந்தவுடன் அனைத்தையும் மறப்பார்கள்.

அவர்களின் தேசபக்தி எத்தகையது? நாட்டு மக்களை மதிக்காத வர்கள், நாட்டை எப்படி மதிப்பார்கள்? அவர்களது தேசபக்தி இந்தியா பாகிஸ்தான் கிரிக்கெட் போட்டியின் போதுதான் எழும். ஆனால் ஏழை இந்தியரின் தெருக்கடையைச் சூறையாடுவார்கள். அம்பானி, அதானிகளின் ஆயிரம் கோடி சுரண்டலை அனுமதித்து, தெருக்கடைக் காரர்களைக் கொள்ளைக்காரன் என்பார்கள்.

அவர்களின் கொள்ளையைக் கண்டிப்பவர்களை தேசத்துரோகிகள் என்பர். பணக்காரனுக்கும், கொள்ளைக்காரனுக்குமே தேசம் என்பார்கள். மக்கள் வாக்களித்து விட்டோம் இன்னும் ஓராண்டோ, இரண் டாண்டோ பொறுத்துக் கொள்வது தவிர வேறு வழியில்லை என்றுதான் மக்கள் பொறுத்திருக்கிறார்கள்.

மாட்டிறைச்சி சாப்பிடுபவர்களை தேசத்துரோகிகள் என்று அடித்துக் கொல்கிறார்கள். இது என்ன ஜனநாயகம் ஒருவர் சாப்பிடுவதைக் கூட சிலர் கட்டளையிட்டுத் தடுப்பதா ஜனநாயகம்? ஜே.என்.யு. அவர் களுக்குச் சாதகமாக இல்லையென்பதால் அதை மூடு என்கிறார்கள். இவர்கள் தான் மார்ச் மாதம் வரும் ஜே.என்.யு. தேர்தலில் காவிக் கொடியுடன் வாக்குக் கேட்க வருவார்கள் "எங்களை தேசத்துரோகிகள் தீவிர வாதிகள் என்று பட்டம் கட்டிவிட்டு எங்களிடம் ஏன் வாக்குக் கேட்கிறீர்கள்?" என்று விரட்டியடியுங்கள்.

அவர்கள் நாட்டை ஒன்றுபடுத்துபவர்கள் அல்ல. மாறாக நாட்டை மதத்தின் பெயரால், மொழியின் பெயரால் பிளப்பவர்களே. அவர்கள் ஜே.என்.யு. வை மட்டுமல்ல, நாட்டையே சிதறடிக்கச்

செய்பவர்கள் ஜே.என்.யு. வை அவர்களால் அழிக்க முடியாது. ஜனநாயகத்தின் குரலை அவர்கள் அடக்க முடியாதது போலவே, ஜே.என்.யு. வையும் அவர்களால் அடக்கவோ, அழிக்கவோ முடியாது. நம் ஒற்றுமை ஓங்கட்டும். ஜெய்பீம் லால்சலாம்.

என் பேச்சை முடித்த பின் பல தொலைக்காட்சியினர் கேள்விகள் கேட்டனர். நான் பிற மாணவ அமைப்புகளையும் அழைத்து, எங்கள் திட்டம் என்ன என்பதை விளக்கினேன். ஜே.என்.யு. வின் உயர் மதிப்பையும், அமைதியையும் காப்பதே எமது லட்சியம் என்றேன்.

கூட்டம் நடந்து கொண்டிருந்தது. போலீஸ்காரர்கள் நுழைந் தார்கள். அது எங்களுக்கு வியப்பாகவும், அதிர்ச்சியாகவும் இருந்தது. நான் வளாகத்தைச் சுற்றி வந்தேன். சில ஏ.பி.வி.பி. மாணவர்களைக் கண்டேன். அவர்கள் பிஜேபி நாடாளுமன்ற உறுப்பினர் மகேஷ்கிரி கொடுத்த குற்றச்சாட்டின் காரணமாக விசாரிக்கப் போலீஸ் வந்துள்ள தாகக் கூறினர்.

முதல் குற்றப்பத்திரிக்கையில் யார் பெயர் உள்ளது என்பது தெரியவில்லை. அதனால் மாணவரிடையே பதட்டமிருந்தது. எனவே மாணவர்களுக்கு தைரியமூட்டுவது அவசியம் என்பதால் தாபாவில் நெடுநேரம் மாணவர்களுடன் பேசிக் கொண்டிருந்து காலை நாலரை மணிக்கு அறைக்கு உறங்கச் சென்றேன்.

30

சிறை அனுபவம்

பிப்ரவரி 12 காலை நான் தாமதமாக எழுந்து கீழே உள்ள தாபாவில் சாப்பிட்டு விட்டு, என் வகுப்புக்குப் போனேன். வழியில் சில போலீஸ் காரர்கள் நிற்பதைக் கண்டேன். வசந்த்குஞ்ச் காவல் நிலைய அதிகாரி நின்று கொண்டிருப்பதைக் கண்டு, அவரிடம் சென்று விசாரித்தேன். அவர் பிப்ரவரி 9 நிகழ்வு பற்றி விசாரிப்பதற்காக வந்திருப்பதாகக் கூறினார்.

அன்று எதுவும் பெரிய நிகழ்வு நடக்கவில்லை. எனவே விசாரிக்க எதுவுமில்லையே என்றேன். நானே அவரைச் சந்திக்கச் சென்ற போது, அவர் உறங்கிக் கொண்டிருந்ததால் திரும்பி விட்டேன். தனக்கு மேலிடத்திலிருந்து மீண்டும் அதுபற்றி விசாரிக்க வேண்டுமென அழுத்தம் தரப்பட்டதால் விசாரிக்க வேண்டியுள்ளது என்றார். என்னிடம் சில கேள்விகள் கேட்டுப் பதிவு செய்ய வேண்டியுள்ளது. எனவே போலீஸ் ஸ்டேஷனுக்கு வர முடியுமா என்று கேட்டார். நான் ஒப்புக்கொண்டு, அவருடன் காரில் புறப்பட்டேன்.

வழியில் அவர்கள் எனது செல்போனைத் தரும்படிக் கேட்டார்கள். நான் அதைத் தந்ததுடன், என்னிடம் மற்றொரு போனும் உள்ளது என்று கூறி அதையும் தந்தேன். பின் எனது பர்சையும் எடுத்துக் கொண்டார்கள். கார் வழக்கமான போலீஸ் ஸ்டேஷன் போகாமல் வேறு திசையில் சென்றது. வழியில் பல தொலைபேசி அழைப்புகள் வந்தன. அவர்கள் மெதுவாக அவர்களுக்குள் பேசிக் கொண்டனர்.

பின் லோடி சாலை போலீஸ் ஸ்டேஷனில் நிறுத்தினார்கள். பின் ஒரு துணி போட்டு என் முகத்தை மறைத்து என்னை உள்ளே கூட்டிச்

சென்றார்கள். கேள்வி கேட்க இப்படி ஏன் அழைத்துச் செல்ல வேண்டும் என்று கேட்டேன். அவர்கள் பதிலேதும் சொல்லவில்லை.

உள்ளே அழைத்துச் சென்று ஒரு சின்ன அறையில் உட்கார வைத்தார்கள். பின் என்னிடம் மிகுந்த மரியாதையுடன் கேள்வி கேட்டனர். பின் புதிதாக ஒருவர் வந்தார். அவர் அதட்டலாக, "இது உன் நாடுதானே. இதை எதிர்த்து ஏன் கோஷமிட்டாய்?" என்றார். நான் சற்று அதிர்ச்சியுற்றேன்.

"நான் என் நாட்டுக்கு எதிராக கோஷமிடவில்லை. மோடிக்கு எதிராகவே கோஷமிட்டேன். மோடியே நாடாகி விட்டாரா?" என்றேன். ஏதோ தவறு நடக்கிறது என்று எனக்குத் தோன்றியது.

"என்னைக் கேள்வி கேட்கத்தானே அழைத்து வந்தீர்கள். என்னைக் கைது செய்துள்ளீர்களா? வாரண்ட் உள்ளதா?"

"உன்னைச் சிறையில் தள்ளுகிறோம். அங்கு எல்லாம் கிடைக்கும்."

ஒரு போன் வந்தது. என்னைக் கைது செய்ய வேண்டுமா என்று கேட்டார்.

பின் எனது தந்தையின் போன் எண்ணைக் கேட்டார். எனக்கு உடனே நினைவுக்கு வரவில்லை. எங்கள் வீட்டில் அவர்தான் முதலில் செல்போன் வாங்கினார். பின் நினைவுபடுத்தி அவரது எண்ணைத் தந்தேன். "உங்கள் மகனை தேசத்துரோக வழக்கில் கைது செய்துள்ளோம்" என்றார்.

இப்போதுதான் எனக்குப் புரிந்தது எனக்கு என்ன நடந்து கொண்டுள்ளது என்பது. நான் தேசத்துரோக வழக்கு என்பதைக் கேட்டு அதிர்ந்து போனேன். என் குடும்பம் என்னைப் படிக்க வைக்கப்பட்ட துயரங்கள் என் நினைவுக்கு வந்து கவலை தந்தது.

அதிகாரி "சாப்பிட்டீர்களா?" என்று கேட்டார். ஒரு காவலரை அழைத்து எனக்கு சாப்பிடத் தேவையானதை வாங்கிவரச் சொன்னார். "நான் எதையும் சாப்பிட மாட்டேன். முறை தவறிப் பொய் வழக்கில் கைது செய்துள்ளீர்கள். இதை எதிர்த்து உண்ணாவிரதம் இருக்கிறேன்" என்றேன்.

அவர் அது பற்றிக் கவலைப்படாமல் என் பேண்ட் பெல்ட்டை எடுக்கச் சொன்னார். என்னைப் பல வகையிலும் புகைப்படம் எடுத்தனர். என்னை சப்தர்ஜங் மருத்துவமனைக்கு மருத்துவப் பரிசோதனைக்குக் கொண்டு சென்றனர். வெளியே கூட்டிப் போகும் முன் என் முகத்தை துணியால் மூடினர். எந்த மருத்துவப் பரிசோதனையும் செய்யப்படவில்லை.

போலீஸ்காரர்கள் சில படிவங்களை எழுதினர். டாக்டரை என் அருகே வரவும் அனுமதிக்கவில்லை. என்னை முகமூடியிட்டு காருக்குக் கொண்டு சென்றனர். பின் நீதிமன்றத்திற்கு அழைத்துச் சென்றனர்.

நான் முதன் முதலாக நீதிமன்றத்தில் நிறுத்தப்பட்டேன். நீதிபதி வந்தார். அனைவரும் எழுந்து நின்றனர்.

"இவர் கன்னயா குமார். இவர் அப்சல் குரு விழா நடத்தினார். தேசவிரோத கோஷமிட்டார். எனவே இவரை ஐந்து நாட்கள் போலீஸில் வைத்து விசாரிக்க அனுமதி வேண்டும்" என்றனர்.

நான் நீதிபதியிடம் "போலீஸ் சொல்வதெல்லாம் பொய். நான் நாட்டுக்கு எதிரான கோஷம் எதுவும் எப்போதும் போட்டதில்லை. நான் எந்த விழாவும், யாருக்கும் கொண்டாடவில்லை." என்றேன்.

"எனது குரல் பதிவு செய்யப்பட்டுள்ளது" என்றார் ஒரு அதிகாரி. நான் அதை நீதிபதி சரி பார்க்க வேண்டுமென்றேன். நான் எனக்கு வழக்கறிஞர் யாருமில்லை என்னை வாரண்ட் ஏதுமின்றியே கைது செய்துள்ளனர். என்னை விசாரிக்கவே அழைத்தனர். நான் அவர்கள் அழைத்தபோது தடையேதும் சொல்லாமல் விசாரணைக்கு நானே முன் வந்தேன்" என்றேன்.

"நான் ஒரு வறுமைப்பட்ட பிஹாரின் ஏழைக் குடும்பத்திலிருந்து கல்வி உதவித்தொகை பெற்று ஜே.என்.யு.வில் படிக்கும் மாணவன். நான் பல விஷயங்களுக்குப் போராடியதுண்டு. நான் நாட்டுக்கு எதிராக கோஷமிடவில்லை. இந்த நாடும், ஜனநாயக உரிமை காக்கும் அரசியல் சாசனமும் எனது என நம்புகிறேன்."

நீதிபதி வீடியோவைக் கேட்டார். நான் அதில் எந்த இடத்திலும் இல்லை. நான் கோஷமிடும் காட்சியும் இல்லை. "இந்தப் பையன் எங்கும் காணப்படவில்லையே. அவர் கோஷமிட்டார் என்பதற்கான சாட்சியுமில்லையே" என்றார்.

அதிகாரி "இவரது நண்பர்கள் கோஷமிட்டனர். இவர் காஷ்மீருக்குக் கூடச் சென்றுள்ளார்" என்றார்.

உடனே நீதிபதி, "நானும் கூட காஷ்மீர் சென்றுள்ளேன். அதனால்...?" என்றார். நான் மனதுக்குள் சிரித்துக் கொண்டேன். மோசமான சூழலிலும் மனிதர்கள் சிரிக்க வாய்ப்புண்டுதான்.

அதிகாரி எனக்கு எதிரான சாட்சிகளைப் பின் கொண்டுவர முடியும். நாங்கள் இவர் பற்றிய விபரங்களைத் திரட்டி வருகிறோம் என்றார். அப்போது நீதிமன்றத்திலிருந்த வழக்கறிஞர்களில் ஒருவர்

என்னிடம் வந்து, "நீ கவலைப்படாதே. நான் உனக்காக வாதிடுகிறேன். நீதிபதியிடம் என்னை உன் வழக்கறிஞர் என்று கூறு" என்றார். நான் அப்படியே நீதிபதியிடம் கூறினேன்.

விசாரணை முழுவதும் பதிவு செய்யப்பட வேண்டும் என்றேன். நீதிபதி, "நீங்கள் நீதிமன்றத்தின் மீது முழு நம்பிக்கை வைக்கலாம்" என்றார். "குற்றவாளி போலீசால் கொண்டுவரப்பட்டார். அவர்கள் காட்டிய வீடியோவில் குற்றவாளியோ, அவரது குரலோ இல்லை. எனினும் அதற்கான சாட்சிகள் உள்ளனர், அழைத்துவர முடியும் என்றனர். அவர்கள் அதற்கு ஐந்து நாட்கள் அனுமதி கேட்டனர். மூன்று நாட்கள் மட்டும் அவர்களுக்குக் காலம் தருகிறேன்" என்றார்.

என்னை அழைத்துச் செல்லும் வழியில் சட்டம் படிக்கும் என் மாணவ நண்பர்கள் சிலரைக் கண்டேன். போலிசாரிடம் என்னை எங்கே அழைத்துச் செல்கிறார்கள் என்று கேட்டேன். அதற்குள் ஊடகக்காரர்கள் சூழ்ந்து கொண்டனர். "கன்னயா குமார், உங்களை தேசத்துரோக வழக்கில் கைது செய்துள்ளனர். அது பற்றி என்ன சொல்கிறீர்கள்?" கேட்டனர்.

என்னைக் கைது செய்தது, தேசிய செய்தியாகப் போகிறது என்பதை உணர்ந்தேன். ஆனால் உடனே என் குடும்பம் பற்றிய நினைவு எனக்கு வருத்தம் தந்தது. நான் தேசத்துரோக வழக்கில் கைது செய்யப் பட்டுள்ள செய்தி அவர்களுக்கு அதிர்ச்சியும், வருத்தமும் தரும். ஏற்கெனவே இதய நோயுள்ள அப்பா எப்படிப் பாதிக்கப்படுவார்? எப்படியிருந்தாலும் என் குடும்பத்தினர் நான் தேசத்துரோகி என்பதை நிச்சயம் நம்பமாட்டார்கள்.

நான் பலமுறை காவல் நிலையங்களுக்குப் பல போராட்டங்களில் அழைத்துச் செல்லப்பட்டிருக்கிறேன். ஆனால் இதுவரை என் மீது எந்த வழக்கும் போடப்பட்டதில்லை. நான் பிப்ரவரி 11 அன்று மாணவர்கள் முன் அரசினர் தவறுகள் பற்றிக் குற்றம்சாட்டிப் பேசியது தான் கைது செய்யப்படுவதற்குக் காரணம் என்ற நினைத்தேன். நான் மன்மோகன் சிங் அரசு பற்றியும், காங்கிரஸ் பற்றியும் கடுமையாக விமர்சித்துப் பேசியதுண்டு. ஆனால் அப்போதெல்லாம் நான் கைது செய்யப் பட்டதில்லை.

என்னைக் கைது செய்துள்ளது பெரும் சதியின் விளைவு. இனி யாரும், குறிப்பாக ஜே.என்.யு. மாணவர்கள் பிஜேபி அரசை விமர்சனம் செய்து பேசக்கூடாது என்று அச்சுறுத்துவதற்காகவே நடக்கிறது என்பதை உணர்ந்தேன். என் மனது சமாதானமானது. நான் பாசிச

அரசு இப்படித்தான் நடக்கும் என்பதைப் புரிந்துகொண்டேன். எனவே இது பற்றிக் கவலைப்படுவதை விடத் துணிவுடன் எதிர்த்துப் போராடுவதன் மூலமே மக்களுக்கு நம்பிக்கையும், துணிவும் தர முடியு மென்று முடிவு செய்தேன்.

நான் ஒரு அறையில் தனியே அடைக்கப்பட்டேன். அறையில் காமிரா பொருத்தப்பட்டிருந்தது. படுப்பதற்கான வசதிகள் எதுவு மில்லை. ஒரு கம்பளம் மட்டுமே இருந்தது. எனது செருப்பு, கோட்டு எல்லாம் கழட்டப்பட்டு விட்டது. பனிக் காலமாதமானதால் குளிராக இருந்தது. எனது கோட்டைத் தரும்படிக் கேட்டேன். நான் அதைக் கொண்டு தற்கொலை செய்து கொள்ளக்கூடும் என்று கூறி அதைத்தர மறுத்தனர். விரிக்கவும், போர்த்தவும் ஒரே கம்பளி மட்டுமே இருந்தது.

என்னை அடைத்த அறையில் ஒரு தண்ணீர் குப்பி, ஒரு குழாய், ஒரு கழிப்பு மேடை இருந்தது. அந்தக் குழாயில் தண்ணீர் பிடித்துக் குடித்துக் கொள்ள வேண்டும். வெளியில் காவல் நின்ற காவலரிடம் பேச முயன்றபோது, அவர் கடுமையாக நடந்து கொண்டார். குளிப்பதற்கு சோப்பு வேண்டுமென்றபோது, நீ ஒன்றும் சொகுசு விடுதியில் தங்கவில்லை என்கிறார். ஆனால் மறுநாள் அவரது நடத்தை மாறியது. அவரே எனக்குக் குடிநீர் கொண்டு வந்து தந்தார். குளியலறை வெளியே இருந்தது, கூட்டிச் சென்றார்.

முதல்நாள் இருவர் என்னை வந்து சந்தித்து, கைது செய்யப் பட்டபின் நடந்தவற்றை எழுதித்தரக் கேட்டனர். அவர்கள் பரிவுடன் பேசி தைரியம் தந்து, கவலைப்பட வேண்டாம் என உற்சாகமூட்டினர்.

போலீஸ்காரர்கள் என்னிடம் நன்றாகவே நடந்துகொண்டனர். நான் குற்றமற்றவன், அரசின் பழிவாங்கலுக்கு உட்பட்டுப் பொய் வழக்கில் தள்ளப்பட்டுள்ளேன் என்பதைப் புரிந்துகொண்டு, பரிவுடன் பழகினர். ஒரு அதிகாரி மட்டும் கடுமையாகவே நடத்தினார். தொலைக்காட்சிப் பதிவுகளில் நான் பேசியது எனது தரப்பின் நியாயத்தை உணர்த்தியது. படிப்படியாக அவர்களின் அணுகுமுறை, நடத்தை யாவும் மாறின.

எனக்குப் போடப்பட்ட காவலர்கள் பெரும்பாலும் தலித் அல்லது முஸ்லீம்களாகவே இருந்தது ஏன் என்பது எனக்குப் புதிராக இருந்தது. பின் ஒரு காவல்துறை அதிகாரி எனக்கு மதச்சார்பற்றோரே காவலராகப் போடப்பட்டனர் என்றார். மதச்சார்பற்ற காவலர்கள் என்பது என்ன என்பது எனக்குப் புரியவில்லை.

பின் என்மீது கடுமையாக இருந்த போலீஸ் அதிகாரி கூட மாறி, என்னிடம் மென்மையாக நடந்து கொண்டார். விசாரணை அவருக்கு

உண்மையை உணர்த்தியிருக்கக் கூடும். ஊடகங்கள் தொடர்ந்து அரசின் தவறான போக்கு, பொய்கள் பற்றி உரக்க விவாதித்துக் கொண்டிருந்தன.

எனக்கு முற்றாக வெளியுலகத் தொடர்பு இல்லாமல் போனது. காவலர்கள் நடத்தை, வெளியே எனக்கான ஆதரவு நடவடிக்கைகள் வளர்ந்து வருவதை உணர்த்தியது. என்னை தினமும் மருத்துவப் பரிசோதனைக்கு அழைத்துச் சென்றனர். ஆனால் என் முகத்தை மூட வில்லை. என்னைப் பரிசோதனை செய்த டாக்டர்கள் என்னைப் பரிவுடன் கவனித்துப் பேசினர். நான் எவ்விதப் பதட்டமுமின்றி, அமைதியாக இருப்பது கண்டு வியந்தனர்.

மூன்று நாள் காவல் முடிவுக்கு வந்தது. அந்த மூன்று நாட்களும் என்னை நண்பர்கள் சந்திக்க அனுமதிக்கவில்லை. என்னை அவர்கள் வழக்கமான நீதிமன்றத்திற்கு அழைத்துச் செல்லவில்லை. சிறப்பு நீதிமன்றம், காவல்துறை உயர் அதிகாரி அறையிலேயே அமைக்கப் பட்டது. நீதிபதி அங்குவந்து விசாரித்தார். எதற்கு இத்தனை வீண் ஆர்பாட்டங்கள் என்பது எனக்குப் புரியவில்லை. என்னைப் பற்றிய கொடிய உருவம் உருவாக்குவதே அதன் நோக்கம் என்பது புரிந்தது.

குரல் சோதனை முடிய இன்னும் இரண்டு நாட்கள் தேவை என்றனர். நீதிபதி என் வழக்கறிஞரைப் பார்த்தார். ஆனால் அவர் பேசும் முன், நானாக முன்வந்து நான் பரிசோதனைக்குத் தயார் என்றேன். எனக்கு எதிரான சாட்சியங்கள் எதையும் போலீஸ்தரப்பு தர முடியவில்லை. நான் எவ்வித தேசதுரோகக் கூச்சலும் போட வில்லை என்பது உறுதியானது. பின் எனக்குப் புரிந்தது காவல் துறையின் நேர்மையின் மீது அவ்வளவு நம்பிக்கை கொண்டு நான் ஒப்புக் கொண்டிருக்கக் கூடாதென்பது. எனினும் எனது குரல் மாதிரியை நான் தந்தேன்.

காவலர்கள் என்னிடம் நட்புடன் பழகினர். எனக்குப் பழம், உணவு முதலியவற்றைத் தந்தனர். சிறையிலிருந்த போது காவல் துறையின் மகத்தான ஊழல் கோபுரத்தை நான் புரிந்துகொள்ள முடிந்தது. இன்ஸ்பெக்டர் வந்தால் சார், சார் என்று எல்லாம் வாங்கித் தந்து மகிழ்ச்சிப்படுத்துவர். பின் சப் இன்ஸ்பெக்டருக்கு உபசரணைகள் நடக்கும். கடைசியில் எல்லாச் செலவும் பாவம் கான்ஸ்டபிள்கள் மீதே விழும். அவர்கள் அதற்காக லஞ்சம் வசூலிக்க வேண்டும்.

சிலசமயம் அவர்கள் நான் வெளியே சென்றபின், காவலர்கள் என்னை அடித்துத் துன்புறுத்தினார்கள் என்று குறை கூறுவேனா என்று கேட்பார்கள். ஆனால் அவர்கள் பிற கைதிகளிடம் கேட்காத இக்கேள்வியை என்னிடம் கேட்கிறார்கள் என்பது எனக்குப் புரிய வில்லை. பின்னர் புரிந்தது என்னைப் பற்றிய செய்திகள் தினமும் தொலைக்

காட்சியில் விவாதிக்கப்பட்டு வந்தது என்பதுதான் அவர்கள் அச்சத்திற்குக் காரணம்.

சில காவலர்கள், "கன்னயா, உங்களை விடுதலை செய்த பின் எங்களை மறந்துவிடுவீர்களா? நீங்கள் நிச்சயம் ஒரு நாள் முக்கியமான நபராக வருவீர்கள். அப்போது எங்களைக் குறிப்பாக நினைக்கா விட்டாலும், எங்களது மோசமான அடிமை நிலையை நினைத்துப் பேச வேண்டும்" என்பார்கள். கைதிகளோ காவலர்களோ அவர்களும் மனிதர்களே. அவர்களிடம் குறைநிறைகள் உண்டு. அவர்களுக்காகவும் குரல் கொடுப்பதுதான் ஒரு மனிதாபிமானியின் கடமை.

31

திகார் சிறையில்...

காவல்துறையினர் ஐந்து நாட்கள் விசாரணை முடிந்த பின் நீதிமன்றத்தில் என்னை நிறுத்தினர். எனக்கு பெயில் கிடைக்கும் என்று மூத்த காவலதிகாரி கூறினார். அவர் எனக்கு பெயில் கொடுப்பதை எதிர்க்கவில்லையென்று போலீஸ் கமிஷனர் எழுதியிருந்தார் என்பது எனக்குத் தெரியாது. என்மீதும், பிற மாணவர்கள் மீதும் உள்ள பொய்க் குற்றச்சாட்டுகளை விலக்கிக் கொள்ளாவிட்டால், நான் பெயிலில் போவதை ஏற்க மாட்டேன் என்றேன். மேலும் என்னை பெயிலில் எடுக்க யார் வருவார்கள் என்று நான் கேட்டபோது, "ஜே.என்.யு. முழுதுமே வரும்" என்றேன்.

'நான் அரசியல் சாசனத்தை முழுமையாக நம்புகிறேன். இந்திய ஒற்றுமையை ஏற்று அதற்காக உழைப்பேன்' என்று எழுதித் தரக் கூறினார். அது என் நம்பிக்கை என்பதால், அதை எழுதித்தர எவ்விதத் தயக்கமுமில்லை என்றேன். நான் எழுதிக் கொடுத்ததில் திருப்தி யடையாமல் தான் சொல்வது போல எழுதக் கூறினார்.

ஆனால் பிப்ரவரி 17 அன்று எனக்கு பெயில் தரப்படவில்லை. எனக்கு வியப்பாக இருந்தது. நிறைய போலீஸ் குவிக்கப்பட்டிருந்தது. அவர்கள் என்னை ஊடகக்காரர்கள் கண்ணில் படாமல் தடுக்க முயல்கின்றனர் என்று நினைத்தேன். பின்புற வழியாக அழைத்துச் சென்றார்கள். ஒரு காவலர் உனக்கு ஜே.என்.யு.வைக் காண்பிக்கிறோம் என்றார். மற்றொருவர் அவர் விடுதலையாகி ஜே.என்.யு. போவார் என்றார். ஆனால் அவர்கள் வசந்த் விஹார் காவல் நிலையத்திற்கு வடக்கு வாயில் வழியாக அழைத்துச் சென்றனர்.

ஐந்து நாட்களுக்குப் பின் ஜே.என்.யு. வைப் பார்த்தேன். வாயிலில் தடைகள் போடப்பட்டு, நிறைய போலீஸ்காரர்கள் நின்றார்கள். ஒரு சிறிய ஆர்பாட்டத்தை நான் அறியாத சிலர் நடத்திக் கொண்டிருந்தனர்.

எனக்குத் தெரிந்த சில மாணவர்கள் சாலையில் நடந்து போய்க் கொண்டிருந்தனர்.

வசந்த் விஹார் வந்தவுடன் பின் வாசல்வழியாக அழைத்துச் செல்லப்பட்டேன். நாங்கள் நீதிமன்றத்திற்குச் சென்ற போது, இந்தியா கேட்டில் எங்கள் வண்டி நின்றது. நீண்ட நேரம் நின்றபின், என்னைப் பாட்டியாலா ஹவுஸ் நீதிமன்றத்திற்கு அழைத்துச் சென்றனர்.

அங்கு ஏராளமான ஊடகக்காரர்களும், புகைப்படக்காரர்களும் கூடி நின்றனர். என்னை யாருக்கும் தெரியாதபடி குனிந்திருக்கச் சொன்னார்கள். போலிகளை முகமூடியிட்டு முன் நான்கு வாகனங் களில் அனுப்பி ஏமாற்றியிருந்தனர். அவர்களைக் காண ஊடகங்கள் ஓடியபோது, என்னை வேறு வண்டியில் அழைத்துச் சென்றனர். ஆனால் எல்லா ஏமாற்றுக்களையும் மீறி ஊடகங்கள் நான் வந்த வாகனத்தைச் சூழ்ந்து கொண்டனர். ஆனால் எப்படியோ அவர்களைத் தாண்டி போலீஸ் என்னை நீதமன்றத்துள் அழைத்துச் சென்றுவிட்டனர்.

நான் வழக்கறிஞர்கள் போல நின்ற சிலரின் மத்தியில் நடந்தேன். அவர்கள் திடீரென என்னைத் தாக்கவும், மோசமான வார்த்தைகளால் ஏசவும் துவங்கினர். நான் கீழே விழுந்தேன். என் மூக்கில் அடிபட்டு ரத்தம் வழிந்தது. சில போலீஸ்காரர்களும் அடிபட்டனர். நீதிமன்ற அரங்குக்குள் எப்படியோ பாதுகாப்பாக நுழைந்தேன். சில வழக்கறிஞர் வேடக்காரர்கள் நீதிமன்றத்துள்ளும் நுழைந்தனர். அவர்களைப் போலீசார் விரட்டியடித்தனர்.

நான் ஒரு மிக மோசமான அனுபவத்தை அன்று சந்திக்க நேர்ந்தது. நான் மிகவும் அதிர்ந்து போனேன். என் உயிருக்கு ஆபத்து உள்ளதாக முதன்முதலாக உணர்ந்தேன். நான் எப்படிச் சிலரால் வெறுக்கப்பட்டு, தாக்கப்படுபவனாக உள்ளேன் என்பதை உணர்ந்தேன்.

ஒரு போலி வழக்கறிஞர், நீதிமன்றத்துள் நுழைந்து, நான் அமர்ந்த இடத்தின் பின் அமர்ந்தான். அவன் என்னைத் தாக்க முயன்றான். நீதிமன்றத்திற்குச் சில ஜே.என்.யு. பேராசிரியர்களும் வந்திருந்தனர். அவர்களின் முகங்களைப் பார்த்தது எனக்கு நம்பிக்கையூட்டியது. அவர்கள் என்னைச் சமாதானப்படுத்தி, குடிக்கத் தண்ணீரும் கொடுத்து உற்சாகமூட்டினர்.

போலீசார் என் பின் அமர்ந்திருந்தவனிடம் போய் விசாரித்தனர். ஆனால் அவன் போலீசாரிடமே கடுமையாக விவாதித்தான். அவனைப் பிடிக்க முயன்றபோது அவன் தப்பி ஓடி மறைந்தான். நீதிமன்றத்திலிருந்த ஒரு பெண் வழக்கறிஞர், நீதிமன்றத்துள் இத்தகைய அராஜகம் நடப்பதை உரக்கக் கண்டித்தார்.

போலீசார் என்னை வேறொரு தனியறைக்கு கூட்டிச் சென்றனர். சில வழக்கறிஞர்கள் என்னிடம் கேள்வி கேட்டனர். அவர்கள் உச்சநீதி மன்றத்தால் அனுப்பப்பட்டவர்கள் என்றார்கள்.

ஒரு டாக்டர் என்னைப் பரிசோதிக்க வந்தார். அவர் எனக்கு மருத்துவம் தர வேண்டுமென்ற போதும், அவர் என் காயங்கள் பற்றி குறிப்பெதுவும் எடுக்கவில்லை. அவரது அலட்சியத்தைக் கண்ட நீதிபதி கோபத்துடன், அவருக்கு மருத்துவம் தர வேண்டும், காயங்கள் பற்றிக் குறிப்பெழுத வேண்டும் அல்லது நடவடிக்கை எடுக்க வேண்டுமென எச்சரித்தார். பின் டாக்டர் மருத்துவக் குறிப்பை எழுதினார்.

போலீசார் என்னை மேலும் விசாரணைக் கைதியாக வைத்திருக்க முடியாது. மேலும் எனக்கு பெயில் தர கேட்காத காரணத்தால் நான் சிறைக்கு எடுத்துச் செல்லும் சூழல் ஏற்படக்கூடும் என்னுள் ஒரு பயம் உண்டானது. போலிசார் என்மீது குற்றப் பத்திரிக்கை முன் வைக்கவில்லை.

என்னைத் தாக்கியவர்கள் யார்? நான் தேசத்துரோகி என்று எவராவது நிரூபிக்க முடியுமா? என்னைச் சுற்றி ஏன் இத்தனை ஊடகக்காரர்கள்? என் எதிரிகள் என்மீது போர் தொடுக்க முயல்வது ஏன்?

ஒரு அதிகாரி எனக்கு ஹெல்மெட் மாட்டினார். என்னை மற்றொரு அறைக்கு அழைத்துச் செல்ல முயன்றார். அந்த அறையிலிருந்தவர் எனக்கு காவலர் சீருடையை மாட்டி, அழைத்துச் செல்லத் தயாரானார்.

என்னை நீதி மன்றத்திலிருந்து சிறைக்கு அழைத்துச் செல்ல முயன்றனர். என்னைச் சுற்றிப் பெரிய ஆபத்து சூழ்ந்துள்ளதாக போலீசாரே சந்தேகப்பட்டனர். ஒரு நாட்டின் தலைநகரில் சட்டம் இப்படிச் சிலரின் கைகளில் எடுக்கப்படும் மோசமான நிலை உள்ளது எனக்கு வியப் பூட்டியது.

என்னை திகார் சிறைக்கு அழைத்துச் செல்லத் திட்டமிட்டனர். வழிநெடுக போலீஸ் காவல் படை நிறுத்தப்பட்டது. பல போலி வாகனங்கள் முன் அனுப்பப்பட்டன. பல ஊடகக்காரர்கள் அவற்றின் பின் ஓடி ஏமாந்தனர். போலீஸ் கமிஷனர் நான், தேசதுரோகியல்ல என்று எழுதிய கடிதத்தை ஊடகங்களிடம் காட்டினார்.

பின் என்னை ஒரு வாகனத்தில் ஓட்டுனரின் பின்புறம் ஹெல்மெட் அணிந்து அமரச் செய்தனர். வாகனம் விரைவாக திஹார் சிறை வளாகத்தை எட்டியது. அங்கும் ஊடகங்கள் காத்திருந்தன. வாகனம் விரைவாகச் சிறையுள் நுழைந்தது. நான் இப்போது திகார் சிறைக் கைதியானேன்.

32

சிறையே வீடாக...

என் உடைகளை அவிழ்த்துப் பரிசோதித்தார்கள். என் எடையை அளந்தார்கள். நான் எதுவும் போதைப் பழக்கம் உள்ளவனா என்று கேட்டார்கள். பின் ஒரு அதிகாரி சிறை விதிகள் பற்றிக் கூறினார். சிறையில் ஒரு நூலகம் உள்ளது என்பது மகிழ்ச்சி தந்தது. மற்றொருவர் வந்தார் ஒரு சாமியார் படத்தைத் தந்தார். காலையும் மாலையும் நெற்றியில் வைத்துக்கொள்ளக் குங்குமம் தரப்படும் என்றார். பின் ஒரு சிறிய பிரார்த்தனைப் புத்தகத்தைத் தந்தார்.

அடுத்து விருந்தினர் சந்திப்பு அறை தாண்டி இரண்டாவது வாசலைக் கடந்து உள்ளே சென்றேன். அங்கு வேறு விதமான சீருடையணிந்த தமிழ்நாடு சிறப்புப் போலீசார் இருந்தனர். நீண்டநாள் சிறைக் கைதிகள் சிறு வேலையாட்கள் போல வேலைகளைச் செய்து கொண்டிருந்தனர். மீண்டும் பரிசோதித்தனர். எக்ஸ்ரே ஸ்கேனர் மிஷின் மூலம் பரிசோதித்தனர். செருப்பைக்கூட எடுத்து வைத்துவிட்டு உள்ளே அனுப்பினர்.

நடைபாதை வெளிச்சமாக விளக்குகள் போடப்பட்டிருந்தன. சுவர்களில் தத்துவ வாசகங்கள் எழுதப்பட்டிருந்தன. 'குற்றத்தை வெறுக்கலாம். குற்றவாளியை வெறுக்காதே' என்று ஒரு வாசகம்கூட இருந்தது. இரவு வேளை சில கைதிகள் நடந்து கொண்டிருந்தனர். சிலர் என்னை உற்றுப் பார்த்தனர். சிலர் நெருங்கி வந்தபோது காவலர்கள் தடுத்து விரட்டினர்.

வார்ட் 4 சிறை எண் 3. அன்னை தெரெசா வார்ட். நான் பள்ளியின் முதன் முதலாக அன்னை தெரெசா பற்றிப் பேசியது நினைவுக்கு வந்தது. ஒரு அகராதி எனக்குப் பரிசாகக் கிடைத்தது. பின்

என் சிறப்பான பேச்சு என்னை ஜே.என்.யு. தலைவனாக்கியது. அடுத்தொரு பேச்சு என்னைச் சிறைக்குக் கொண்டு வந்தது.

வார்டு எனது ஜே.என்.யு. விடுதியில் பாதியளவு இருந்தது. சி.சி.டி.வி. காமிரா பொருத்தப்பட்டிருந்தது. பக்கத்து அறைகள் காலியாக இருந்தன. அறையில் மேற்கத்திய கழிப்பறை குளியல் வசதியுடன் இருந்தது. படுக்கையும் கம்பளியும் இருந்தன. கம்பளங்கள் எங்களது ஜெய்பீம், லால்சலாம் போலச் சிவப்பும், நீலமுமாக இருந்தன.

சிறை சிக்கலானதுதான். எதாவது சிறு தவறு என்றாலும் பெரிய பிரச்சினையாகிவிடும். சிறை செல்ல நேருமென்று நான் நினைத்த தில்லை. ஒரு ஆய்வு மாணவனுக்கும், சிறைக்கும் என்ன தொடர்பு? எனினும் இந்த அனுபவம் என்னைப் பெரிதும் பாதிக்கவில்லை. எனக்கு எதிரான இந்த நடவடிக்கை ஒரு பெரிய திட்டத்தின் ஒரு பகுதியே. இது எனது மாணவர் இயக்கம், ஜே.என்.யு. மாணவர்களுக்கு விடப் பட்ட எச்சரிக்கை. எனினும் இந்தப் போராட்டத்தைத் தொடரத்தான் வேண்டும். இந்தச் சூழலில் வாழப் பெரும் துணிவு தேவை. அந்தத் துணிவு எனக்கு உண்டு.

என் ஏழைக் குடும்பம், பிரச்சினை மேல் பிரச்சினையாகச் சந்தித்துக் கொண்டுள்ளது. என் குடும்பத்தில் அப்பா, அம்மா, சகோதரன், சகோதரியென அனைவரையும் போலீஸ் விசாரித்தது. அவர்கள் மிரட்டப் பட்டார்கள். பல மொட்டைக் கடிதங்கள். தொலைபேசி அழைப்புகள் என்னைத் திட்டியும், மிரட்டியும் வந்தன. புயலின் நடுவே அமைதி ஏது? தைரியமிருந்த போதும், நிம்மதியில்லை.

பிறருடன் பழகுவது, பேசுவது என் கவலைகளைப் போக்கும் பெரும் வழியாக இருந்தது. சக கைதிகளின் கதை எனது துயரைச் சிறியதாக்கியது. நான் என்னை நானே பரிசோதித்துக்கொள்ளவும், சீர்படுத்திக் கொள்ளவும் சிறை பெரிதும் உதவியது.

நான் எனக்குப் பிடித்த பாடல்களை இரவின் தனிமையில் பாடிக் கழித்தேன். "கீழைவானம் சிவக்கிறது. துயர இருட்டு விலகுகிறது., நம்பிக்கைக் கதிர்கள் ஒளிர்கின்றன" என உரக்கப் பாடி என் தனிமையை விரட்டினேன். நான் நீண்ட அலைச்சலின் காரணமாக விரைவில் உறங்கிப் போனேன். உடல் வலி என்னை உறங்கவிடவில்லை. நீண்ட அலைச்சலில் சோர்ந்து போன நான் குளித்தேன். ஆனால் மாற்று உடை எதுவுமில்லை. கம்பளியைப் போர்த்துக் கொண்டு உறங்கிப் போனேன்.

காலை எழுந்தேன். ஜெயிலர் வந்தார். அவர் அன்புடன் பழகினார். என் உடல்நிலை, மனநிலை பற்றி விசாரித்தார். சில கைதிகள் மனச்

சோர்வால் மிகவும் பாதிக்கப்படுவர். எனவே சிறையே ஒரு வீடு போலக் கருதி உற்சாகமாக இருக்கப் பழக வேண்டுமென்றார். எனக்கு மாற்றுத்துணி இல்லை என்பதை அறிந்து சில புதிய ஆடைகளையும், துண்டையும் கொண்டு வந்தார். படிக்க ஏதாவது புத்தகம் வேண்டுமா, என்று கேட்டார். நூலகத்திலிருந்து பிரேம்சந்தின், நிர்மலா நூலைக் கொண்டு வந்தார். பின் பிற அறைகளுக்கு உள்ளது போல என் அறைக்கும் ஒரு தொலைக்காட்சிப் பெட்டி கொண்டு வந்தார். என்னை உயர் பாதுகாப்புக் கைதியாக, மூன்று காவலர்கள் எப்போதும் காவல் காத்தனர். எனக்கு உதவுவதற்கு என ஒரு நபரையும் நியமித்தனர். அறை விட்டு வெளியே செல்ல அனுமதியில்லை. அறைக்கே உணவு கொண்டு வரப்பட்டது. என் அறையே என் உலகமென இனி வாழ வேண்டும்.

மதிய உணவு ரொட்டி, பருப்பு, காய், வெங்காயம் என எனக்குத் தேவையான அளவு காலரி கணக்கிடப்பட்டு உணவு வழங்கப்பட்டது. அரிசி சாதம் சாப்பிட்டுப் பழகிய எனக்கு அது இல்லாதது குறையாகவே இருந்தது. ஜெயிலர் எனக்கு அதிகம் ரொட்டிகள் தந்தார்.

இரவு ஒரு காவலர் என் அறைமுன் காவலிருந்தார். தமிழ்நாட்டுக் காரரான அவருடன் பேசினேன். அவருக்குக் கபடி பிடிக்கும். அவரிடம் அவ்விளையாட்டு பற்றிக் கற்றுக்கொண்டேன். கபடிப் போட்டி நடக்கும் நாட்களில் நான் செல்லில் அதைப் பார்ப்பேன். அவரும் ஆர்வமுடன் அதை என்னுடன் பார்ப்பார்.

என்னைச் சில அரசியல் தலைவர்கள் பார்க்க விரும்புவதாக ஜெயிலர் சொன்னார். ஆனால் நான் சந்திக்க மறுத்துவிட்டேன். நான் என் ஜே.என்.யு. நண்பர்கள் பெயர்களை மட்டும் சந்திக்க வருவோர் பட்டியலில் எழுதித் தந்தேன். என் குடும்பத்தினர் இத்தனை தூரம் செலவுசெய்து வர முடியாது என்பதால் அவர்கள் பெயர்களை நான் எழுதவில்லை.

ஜெயிலர் என்னிடம் மிகுந்த நட்புடன் பழகி, உதவிகள் செய்தார். என் நண்பர்கள் பற்றி விசாரிப்பார். சிறை பற்றிய வினோதத் தகவல்களைக் கூறுவார். குறிப்பாக இரண்டு கைதிகளை ஒரே அறையில் வைக்க மாட்டார்கள். ஒருவரை மற்றொருவர் கொன்று விட்டால் சாட்சி இருக்காது என்பதால் இந்த முறை அனுசரிக்கப்பட்டதாம். எனவே மூன்று அல்லது நான்கு பேர் ஒரு அறையிலடைக்கப்படுவர். எனது வார்டில் இரண்டு Hijaras வைக்கப்பட்டிருந்தனர். சிறையில் வேறு இடமில்லாததால் அவர்கள் இருவரை மட்டும் ஒரு அறையில் வைத்திருந்தனர்.

நான் சிறைக்கு வந்த இரண்டாம் நாள் இரண்டு வழக்கறிஞர் நண்பர்கள் என்னைப் பார்க்க வந்தனர். சிறையில் ஒவ்வொரு கைதியும் 1000 ரூபாய் கூப்பன் வைத்துக்கொள்ளலாம். அது கொண்டு தேவையானவை

வாங்கிக் கொள்ளலாம். அவர்கள் அப்படி ஒரு கூப்பனை எனக்குத் தந்தார்கள். நான் அது கொண்டு தின்பதற்கான பண்டங்கள் சிலவற்றை வாங்கிக் கொண்டேன்.

காவலர்கள் மெல்ல மாறினர். அன்புடன் பழகினர். மனம் விட்டுப் பேசினர். நாட்டின் போக்கு, அரசியலின் சீர்கேடு பற்றியெல்லாம் வருத்தத் துடன் பகிர்ந்தனர். ஒருவர் தான் படித்து உயர்கல்வி பெற வேண்டுமென்ற ஆசை கொண்டிருந்ததாகவும் அது நிறைவேறாமல் போனது பற்றி வருத்தத்துடன் பேசினார். ஜே.என்.யு. பற்றிய விபரங்களைக் கேட்டார். ஏழை மாணவர்களுக்கு உதவித் தொகையுடன் கல்வி தரப்படுவதைக் கேட்டு வியந்தார். தனது மகளைப் படிக்க வைத்து, ஜேஎன்யுவில் சேர்ந்து பிஎச்டி பெற வேண்டும் என்று ஆவலுடன் கூறினார்.

33

சிறை ஒரு கதைப் பெட்டகம்

சிறை வாழ்வுக்கு மெல்ல பழக்கப்பட்டுப் போகத் துவங்கிய போதும், கல்வி தடைபட்டதில் வருத்தமிருந்தது. இன்னும் எத்தனை காலம் சிறைவாழ்வோ? விடை தெரியாக் கேள்விதான். வருத்தம், கவலை இருந்த போதும் நான் சுறுசுறுப்பாக இருக்க முயன்றேன். சிறையின் தனிமையில் எப்படி இயல்பாக இருக்க முடியும்?

என்னைப் பிற கைதிகளைச் சந்திக்க முடியாதபடித் தனித்து வைத்திருந்தார்கள். பிரார்த்தனை கூடம் மட்டும்தான் பிறரைச் சந்திக் கவும், பேசவுமான வாய்ப்பு. அந்தக் கூடம் முழுதும் கடவுள், சாமியார்கள் படங்களிருந்தன.

நான் உடற்பயிற்சி மேற் கொண்டேன். சிறையின் கூரையைத் தொடுமளவு குதித்தேன். பல்வேறு வேலைகளைச் செய்தேன். அறையைக் கூட்டினேன். கழிப்பறையைக் கழுவினேன். நான் சாப்பிட்ட தட்டைக் கழுவினேன். அறையின் நீள அகலத்தை நடந்து நடந்து அளந்தேன். சிறைக் கம்பிகளை எண்ணி எண்ணிப் பார்த்தேன்.

அவசரமாகச் சாப்பிடாமல், மெல்ல ரசித்து சுவைத்துச் சாப்பிட்டேன். ஜே.என்.யு. வில் படிப்பு, வகுப்பு, மாணவர் மன்ற வேலை எனச் சுவைத்து சாப்பிட நேரமின்றி அவசர அவசரமாகச் சாப்பிடுவது, ஓடுவது என்றுதான் நாட்கள் ஓடின. ஆனால் இங்கு சிறை உணவை மெல்லச் சுவைக்கப் பழகினேன்.

சில வெள்ளைப் புறாக்கள் சிறை அறைமுன் வந்து அமரும், எனது உணவில் கொஞ்சம் எடுத்து வைத்துப் போடுவேன். மெல்ல அவை என் அறையுள்ளும் வந்து அமர்ந்தன. அவற்றின் குரலை இசை போல ரசித்தேன்.

சில சமயம் ஒரு விவாதத்தில் கலந்துகொள்வது போல எதிர்த்தும், ஆதரித்தும் பேசுவேன்.

தனிமையை மறக்க புதிய புதிய சிந்தனைகளில் ஈடுபட்டேன். புத்தகங்கள் படித்தேன். செய்தித்தாளில் ஒரு வரி விடாமல் படிப்பேன். கொஞ்ச நேரம் டீவியில் செய்திகள் கேட்பேன். ஜே.என்.யு. பற்றி ஏதாவது செய்தி வந்தால் என் மனம் ஜேஎன்யு. வளாகத்திற்கே பறந்து போய்விடும். திரைப்படம், கேளிக்கை நிகழ்ச்சிகளில் எனக்குப் பெரும் ஆர்வமில்லை.

படிப்படியாக என் மனது அமைதியானது. நான் டைரி எழுதத் துவங்கினேன். எண்ணங்களை எழுத்துக்களாக வடிப்பது, அத்தனை எளிதானதல்ல. இரண்டு வகை மாம்பழங்களின் சுவையை எப்படி எழுதிக் காட்ட முடியும்? எனினும் என் அனுபவங்களை எழுதுவது நல்லது எனக் கருதினேன்.

பெரும்பாலும் என் அறையிலேயே இருந்தேன். யாராவது பார்க்க வந்திருப்பதாகச் சொன்னால் சென்று பார்ப்பேன். சில சமயம் சில கைதிகளுடன் பேசுவேன். பலர் நீண்டகாலமாகச் சிறையிலேயே இருப்பவர்கள். அவர்களை பெயிலில் எடுக்க உறவினர், நண்பர்கள் யாருமற்ற ஏழைகள். சிலர் மனநிலை பாதிக்கப்பட்டு மனநோயாளிகள் போல் உலவுவார்கள்.

சிறையில் எஃப்.எம். ரேடியோ பாடிக் கொண்டிருக்கும். கேலி நிகழ்ச்சிகளில் பெரும்பாலும் பிஹாரிகளே கிண்டலுக்குள்ளாக் கப்படுவர். படித்த ஒரு நபர் கொலைக் குற்றத்திற்காகச் சிறைப்பட்டு உள்ளே இருந்தார். ஒரு கைதி காவலாளி என்னிடம் பரிவு கொண்டு அடிக்கடி நப்புடன் பேசுவார்.

ராஜ்சபா எம்.பி.யாக இருந்த ஒருவர், தன் முதிய வயதில் சிறையிலிருந்தார். அவர் ஒரு முறை என்னிடம், “இந்த பிஜேபி அரசு ஏமாற்றுக்காரர்கள் அரசு” என்றார் . நான் அவரிடம் விளக்கம் கேட்ட போது, அவர் தில்லியில் ஒரு கோவில் கட்டினாராம். “பிஜேபி காரர்கள் நான் கோவில் கட்டிப் பணம் சம்பாதிக்கிறேன் என்று சிறையில் தள்ளி விட்டார்கள். அவர்களுக்குக் கோவில்தான் அரசியல். ராமர் கோவில் கட்டுகிறோம் என்று கூறி எத்தனை கோடி சேர்த்தார்கள்? கோவில் எங்கே? பணம் என்ன ஆனது? ஆனால் என்னைச் சிறையில் தள்ளுவார்கள்” என்று புலம்பினார்.

ஒரு பணக்கார வணிகர் சிறையிலிருந்தார். வணிகர்களுக்கு நாட்டில் மதிப்பில்லை. என்னை ஊழல் செய்தேன் என்று கைது செய்து விட்டார்கள்.

"ஊழல் செய்யாமல் எந்த வியாபாரி பிழைக்க முடியும்? அரசியல் வாதிகள் செய்வதும் ஊழல் வியாபாரமே. வியாபாரி செய்வது ஊழலில்லை. அதுதான் வியாபாரம்" என்றார்.

"நீங்கள் அரசியலே ஊழல் வியாபாரம் என்கிறீர்களா?"

"ஆமாம். வியாபாரத்திற்கும் அரசியலுக்கும் என்ன வேறுபாடு? பொருட்களைக் கொடுத்து லாபம் சம்பாதித்தால் வியாபாரம். எதையும் தராமல் கோடிக் கணக்கில் சேர்த்தால், அது அரசியல்" என்றார்.

அவர் சொன்னது சிந்தனையைத் தூண்டும் கருத்துதா

34

சிறைக்கூடம் - கல்விக்கூடம்

ஒருநாள் என் சகோதரனும், மாமாவும் என்னைப் பார்க்க வந்தார்கள். எனக்குப் பெரும் வியப்பு. நான் அவர்களை எதிர்பார்க்க வில்லை. பிஹாரிலிருந்து திகாருக்கு நீண்டதொலைவு புதிய பூமியில் பயணம் செய்துவர வேண்டும். அவர்களுடன் கூடவே எங்கள் கிராமத்து மக்கள் சிலரும் வந்திருந்தது, மேலும் வியப்பளித்தது. எனக்கு அது மகிழ்ச்சி யையும், தெம்பையும் தந்தது.

அவர்கள் என் அம்மாவுடன் பேசுவதற்கு போன் செய்து கொடுத்தார்கள். நீண்ட நாட்களின் பின் அவரது குரலைக் கேட்பது என்னை உணர்ச்சிவசப்படச் செய்தது. அம்மா மிகவும் உறுதியான மனம் கொண்டவர். “நீ தவறு எதுவும் செய்து சிறைக்குச் செல்லவில்லை. உண்மைக் காகப் போராடி, அதற்காகத் துன்பப்படுவது பெருமைக் குரியதே. எனவே கவலைப்படாதே” என்று தைரியமூட்டினார்.

ஒருநாள் ஒரு வழக்கறிஞர்கள் குழு எனக்கு பெயில் வாங்கித் தருவதாக வந்தனர். ஆனால் நான் அவர்களைச் சந்திக்கவில்லை. அவர்கள் மீண்டும் வந்தார்கள். அவர்கள் எனது நேர்மையான போராட்டத்திற்கு ஆதரவு தெரிவிக்க ஒரு சட்டப் போராட்டம் நடத்தவே விரும்புவதாகக் கூறினர். பின் பல ஆசிரியர்கள், சமூக ஆர்வலர்கள் எனப்பலரும் அவ்வப்போது வந்தனர். சில கம்யூனிஸ்ட் கட்சித் தலைவர்களும் என்னைப் பார்க்க வந்தனர். அவர்கள் வருகை எனது மனத் தெம்பையும், லட்சிய ஈடுபாட்டையும் மேலோங்கச் செய்தது. நமது மனதுக்கும் கொள்கைக்கும் நெருக்க மானவர்களைச் சந்திப்பது புத்துணர்வூட்டுகிறது. சிறை நாம் வெளியே அற்பமானது என்று அலட்சியப் படுத்தியவற்றையெல்லாம், பெரும் மதிப்புக்குரியன வாக மதிக்கச் செய்கிறது.

ஒரு நாள் எனது தூரத்து உறவினர் ஒருவர் என்னைப் பார்க்க வந்தார். அவரது பெயர் நான் கொடுத்த உறவினர் பட்டியலில் இல்லாததால் உள்ளே அனுமதிக்கவில்லை. ஆனால் அவர்தான் நீண்ட தொலைவிலிருந்து வருவதாகச் சொல்லிக் காத்திருந்தார். பின் என்னிடம் விசாரித்துப் பார்க்க அனுமதித்தனர். இப்படி எனது துயரப் போராட்டம் பலரை என்னிடம் நெருங்கச் செய்தது.

சிறை ஒரு சிறந்த பள்ளிக்கூடம். எது பெரியது, எது சிறியது என்பதை உணர்த்துகிறது. குடும்பம், நண்பர்கள், உரையாடல் ஆகியவற்றின் பெருமையைச் சிறை உணரச் செய்கிறது. மிக அற்பமான நகம் வெட்டியின் தேவையைக்கூட உணர்கிறோம். அதை ஒரு ஆயுதமாக்கித் தற்கொலை செய்துகொள்ள முடியுமா என்பது பற்றி இரண்டு நாட்கள் ஆராய்ச்சி செய்த பின்னரே அனுமதித்தனர். மூக்குக்கண்ணாடியைக் கூட அனுமதிக்க யோசித்தனர். சிறையில் இரும்பு ஆணிகளைக் கூடப் பயன்படுத்த மாட்டார்கள்.

நான் முகச் சவரம் செய்யக் கேட்டேன். நாவிதருடன் நான்கு காவலர்கள் வந்துவிட்டனர். முகம் மழிக்கும் போது என்னைச் சுற்றிக் காவலிருந்தனர். நான் கத்தியைப் பிடுங்கி கழுத்தை வெட்டிக் கொண்டு தற்கொலை செய்து கொள்ளாது தடுக்க வேண்டுமே! சிறையில் எங்கும், யார் மீதும் சந்தேகம்தான் ஆட்சி செய்யும்.

ஒரு கைதியைச் சிறையில் பத்திரமாகப் பாதுகாப்பது காவல் துறையின் பெரிய கடமையாகக் கருதப்படுகிறது. ஒரு கைதிக்கு இத்தனை முக்கியத்துவமா என்பது நகைப்பூட்டக் கூடும்.

ஒருமுறை ஒரு டாக்டர் எனது உணவைப் பரிசோதனை செய்யவந்தார். உணவில் எதுவும் நஞ்சு இருந்துவிடக் கூடாது. எனவே அவர் எனக்குத் தந்த உணவைத் தான் முதலில் சாப்பிட்டார். ஒரு கைதியின் உயிர், சிறையில் டாக்டரின் உயிரை விட உயர்ந்ததாகக் கருதப்படுவது வியப்பளித்தது. இப்படி வியப்பளிக்கும் நகைச்சுவை நிகழ்வுகள் பல சிறையில் நடப்பதுண்டு.

35
நம்பிக்கை துளிர்த்தது

நான் ஒரு வாரகாலம் சிறையிலிருந்த பின், மீண்டும் போலீஸ் பாதுகாப்பில் வைக்க நீதிமன்றம் அழைத்துச் செல்லப்பட்டேன். நீதிபதி வந்தார். போலீசார் பிப்ரவரி 9 நிகழ்வில் சம்பந்தப்பட்ட உமர் மற்றும் அனிர்பனிடம் விசாரணை செய்து கொண்டிருந்தனர். நான் அவர்களைத் தொலைகாட்சியில் பார்த்திருக்கிறேன். என்னைக் கைது செய்த பின் மாணவர்கள் சிலர் தலைமறைவாகினர். பின்னர் இரண்டுபேர் போலீசிடம் சரணடைந்தனர். போலீஸ்காரர்கள் சிலர் உமர் கையில் கிடைத்தால், துவைத்து எடுத்துவிடுவோம் என்று அச்சுறுத்தினர்.

எங்கள் மூவரையும் ஒன்றாக உட்கார வைத்தனர். அதுதான் நாங்கள் முதல் முறையாகச் சந்திப்பது. இரண்டு வார இடைவேளை யின் பின் என் கல்லூரி நண்பர்களைச் சந்திப்பது மகிழ்ச்சியே ஜே.என்.யு. வில் நாங்கள் வேறுவேறு அரசியலமைப்பைச் சேர்ந்தவர்கள். எங்கள் குழுக்கள் வேறுபட்ட நோக்கம் கொண்டன என்பதால் விமர்சனம் செய்து கொள்வோம். ஆனால் இந்தத் தாக்குதலில் நாங்கள் ஒன்றாக இணைக்கப் பட்டோம்.

நாங்கள் ஒருவரை ஒருவர் கேட்டுக்கொண்டோம், சிறையில் அடித்தார்களா என்று. என்னைப் போலவே அவர்களும் நன்றாக நடத்தப்பட்டார்கள் என்பதைக் கேட்ட போது மகிழ்ச்சியாக இருந்தது. எங்களைப் பெரிதாக எதுவும் கேள்வி கேட்கவில்லை. எல்லாம் மிகச் சாதாரணமான கேள்விகளே கேட்கப்பட்டன.

உமரிடம், உனக்கு கன்னையா குமாரைத் தெரியுமா என்று கேட்டார். அவர் தெரியும் என்றார்.

அதேபோல என்னிடம் உமரைத் தெரியுமா என்று கேட்டார். ஆம், தெரியும் என்றேன்.

"உமக்கு அவரை எப்படித் தெரியும்?"

"நாங்கள் ஜே.என்.யு. வில் ஒரே வளாகத்தில் படிக்கிறோம்"

"உங்களுக்குள் ஏதாவது அரசியல் தொடர்பு உள்ளதா?"

"இல்லை. நாங்கள் வேறு வேறு அமைப்பைச் சேர்ந்தவர்கள்"

"பிப்ரவரி 9 நிகழ்வுக்கு கன்னையா குமார் உதவினாரா?"

"போஸ்டர் அடிக்க 150 ரூபாய் செலவாகும். அதற்கு யாருடைய உதவியும் தேவையிருக்காது" என்றார் உமர்.

"அன்றைய நிகழ்ச்சி ரத்தானபோது, நீர் கன்னயா குமாரின் உதவியைக் கேட்டீரா?"

"ஆம், அவரைத் தொடர்பு கொள்ள முயன்றேன். ஆனால் அவரது போன் வேலை செய்யவில்லை."

"கன்னயா குமாரின் உதவியின்றியா பிப்ரவரி 7 நிகழ்ச்சியை நடத்தினீரா?"

"கன்னயா குமார் ஜே.என்.யு.வின் மாணவர் அமைப்பின் தலைவரேயன்றி, அவரிடம் அனுமதி வாங்க அவர் நாட்டின் தலைவரல்ல"

கேள்விகள் கேட்டு முடித்தபின் உமரும், அனிர்பனும் அனுப்பப் பட்டனர். என்னைச் சிறைக்கு அழைத்துச் சென்றனர்.

அவர்களும் சிறைக்குத்தான் கொண்டுவரப்படுகிறார்கள் என்றார்கள். ஆனால் அவர்களது வாகனம் எங்களுக்குப் பின் வரவில்லை. நாங்கள் விடுதலை செய்யப்பட்டு, எமது அன்புக்குரிய ஜே.என்.யு. வளாகத் திற்குத் திரும்புவோம் என்ற நம்பிக்கை உண்டானது. என் மனம் நம்பிக்கையில் சிறகடித்துப் பறந்தது.

36

மீண்டும் ஜே.என்.யு

அனைத்து மாணவர்கள் மீதும் போடப்பட்ட அனைத்து வழக்கு களையும் திரும்பப் பெறப்படாவிட்டால் நான் பெயில் வாங்குவதற்கு விண்ணப்பிக்கப் போவதில்லை என்றேன். ஆனால் ஏ.அய்.எஸ்.எஃப். வழக்கறிஞர்களுடன் ஆலோசித்த பின்னர் பெயில் கேட்டு விண்ணப்பிக்க முடிவு செய்தது. அது பற்றி என்ன முடிவெடுப்பது என்பது முடிவாக வில்லை. தொலைக்காட்சியில் தேவையற்ற வீண் விவாதம் நடந்து கொண்டிருந்தது. அவற்றைக் கேட்பதில் பலனேதுமில்லை என்பதால், நான் தொலைக்காட்சியைக் காண்பதைத் தவிர்த்தேன். பொய்யாக காலத்தை அடைக்க நடக்கும் பொருளற்ற விவாதங்கள் என்னைப் பற்றி நடப்பதை எப்படிக் கேட்பது?

எனது பெயில் விண்ணப்பம் ஏற்கப்பட்டதென என்னுடன் கபடி பார்க்கும் காவலர் என்னிடம் ஓடிவந்து மகிழ்ச்சியுடன் சொன்னார். தேவையான படிவங்கள் சரி செய்யப்பட்டபின், மறுநாள் நான் விடுவிக்கப்படலாம் என்றார். சாதாரணமாகக் கைதிகளைப் பகல் பொழுதில் அனுப்புவதில்லை. எனவே நாளை மாலை 5 மணிக்கு மேல் அனுப்பப்படலாம் என்றார்.

மார்ச் 3 அன்று விடுவிக்கப்பட்டேன். பல சிறைக் கைதிகள் என்னைப் பார்க்க வந்தனர். நான் ஜெயிலரைச் சந்தித்து விடை பெற்றேன். கைதிக் காவலர் ஒரு அறையைச் சுத்தம் செய்து கொண்டிருந்தார். அவரிடம் பெயிலில் செல்வதாகக் கூறினேன். அவர் புதிய கைதிக்கு அறையைத் தயார் செய்ய வேண்டுமென்றார். சிறை ஒரு பணிதீராத வீடுதான். ஒருவர் போனால் மற்றொருவர் வருவார்.

ஜெயிலர் விடுதலைக்குப் பின் வீட்டுக்குப் போவேனா என்று கேட்டார். “ஆம், என் வீட்டுக்குப் போவேன். ஜேஎன்யு. தான் என் வீடு”

என்றேன். அவர் சிரித்தார். நான் போன பின் உமரை என் அறையிலும், அனிர்பனைப் பக்கத்து அறையிலும் போடப் போவதாகக் கூறினார்.

கைதிக் காவலரிடம் எனது துணிகள், துண்டு ஆகியவற்றை ஒப்படைத்தேன். அவர் கடந்த பந்தாண்டுகளாக 307வது பிரிவின் கீழ் சிறையில் உள்ளதாகக் கூறினார். அவர் என் தேவைகளை அறிந்து உதவினார். நான் அவருக்கு ஏதாவது பண உதவி செய்ய விரும்பினேன். என் 1000 ரூபாய் அட்டையில் ஓரளவு பணம் மீதமிருந்தது. அதை அப்படியே அவரிடம் கொடுத்தேன்.

நான் மாலை சிறையை விட்டு எனது பைக்கில் எந்த ஆடையுடன் வந்தேனோ, அதே ஆடையுடன் புறப்பட்டேன். சில வழக்கறிஞர்களும், நண்பர்களும் பார்க்க வந்தனர். வெளியில் ஒரு கூட்டம் வாயிலருகே என்னை வரவேற்க நின்றிருந்தது. எதுவும் சம்பவம் நடந்துவிடக் கூடாது என்பதால் காவலர்கள் என்னை குடியிருப்புப் பகுதி வழியாக அனுப்பி வைத்தனர். தூரத்தில் ஒரு போலீஸ் வேன் நின்றது. பின் அதில் என்னை ஏற்றிச் சென்றனர். இருபது நாட்களாக என் வீடாக என்னைப் பாதுகாத்த திகார் சிறை வளாகத்திலிருந்து விடைபெற்றேன்.

மேற்கு வாயில் வழியாக ஜே.என்.யு. வில் நுழைந்தேன். என்னை பேராசிரியர் அய்யா பணிக்கர் வீட்டில் விட்டுச் சென்றனர். ஒரு பெரிய கூட்டமே அங்கு எனக்காகக் காத்திருந்தது. ஒவ்வொருவரும் புகைப்படம் எடுக்க முண்டியடித்து வந்தனர். எனினும் இந்த ஆர்பாட்டம் தேவை யற்றது என்றே நான் உணர்ந்தேன். ஜே.என்.யு., தாபா, விடுதி, என் அறை என நான் இருபது நாட்கள் பிரிந்திருந்த ஒவ்வொன்றையும் பார்க்கப் போக வேண்டுமென்ற எண்ணமே என்னுள் ஓடியது.

என்னை நிர்வாகக் கட்டிடம் அருகேயுள்ள ஒரு திறந்தவெளிக்கு அழைத்துச் சென்றனர். நான் கைது செய்யப்பட்டு விடுதலையானதைக் குறிக்கும் வகையில் ‘ஆஜாதி சௌக் - விடுதலை மைதானம்’ என்று அன்று பெயரிட்டனர். நான் என் இருபது நாட்கள் சிறை வாழ்வை மறந்தேன். மீண்டும் எனது ஜேஎன்யு. வின் சுதந்திர மாணவனானேன்.

என்னை அறிந்த என் நண்பர்கள், என்னைத் தேர்தலில் வெற்றி பெறச் செய்தவர்கள் என் வருகையைக் கொண்டாடினர். அவர்கள் நான் உள்ளே இருந்தபோது, அவர்கள் எனக்காக வெளியே போராடினர். என் விடுதலை வேண்டி தில்லி மாநகரில் பெரிய ஊர்வலத்தை நடத்தினர் என்பதை அறிந்து நெகிழ்ந்தேன். என் தோழர்கள் எனது ஆசிரியர்கள் எனக்காகப் போராடினர். அவர்கள் எனக்கு ஒற்றுமையின் வலிமையை உணர்த்தினர். கடுமையான போராட்டங்களின் வெற்றி தோழர்களின் ஒற்றுமையால் தான் இயலும் என்பதை உணர்ந்தேன்.

நான் அவர்கள் முன் உரையாற்ற வேண்டும். பெரிய கூட்டம் எண்ணற்ற புகைப்படம் கருவிகள். இன்று ஆசாதி திடலில் நான் பேசுவதை நாடே கேட்கப் போகிறது. அது ஜே.என்.யு. வின் குரல். அது சுதந்திரத்தின் குரல். அது இளைய தலைமுறையின் உரிமைக்குரல்.

என் இரண்டு வாரகால அனுபவங்களை, தனிமைச் சிறையில் பெற்ற உணர்வுகளை பலன்கருதாது எனக்காகப் போராடிய தோழர்களை நான் நன்றியுடன் பகிர்ந்து கொண்டேன். மாணவ விரோதிகள் என்னைத் தாக்கியதன் காரணத்தை, அதற்கு மாற்றாக நாம் செயல்பட வேண்டிய அவசியத்தைப் பேசினேன். யார் தேசதுரோகிகள், யார் மக்கள் காவலர்கள், தேசபக்தர்கள் என்பதைப் பேசினேன். சச்சின் பனிமலையில் நாட்டுக்காக உயிர்விட்டவர்கள் சுகமாக தில்லியிலிருந்து தேசபக்தி பேசும் போலிகளல்ல, உழைக்கும் வர்க்கத்தின் ஏழை குடும்பத்தில் இளம் வீரர்களே நாட்டுக்காக உயிர் கொடுத்த தியாகிகள் என்றேன். நாட்டை இந்த சங்பரிவார் போலிகளிடமிருந்து காக்க நாம் போராட வேண்டியதை வலியுறுத்தினேன்.

ஏழை மாணவர்களுக்குக் கல்வி தந்து, உயர்த்தும் இந்த ஜே.என்.யு. வை அவர்கள் மூடத் துடிப்பது ஏன்? கோடிக்கணக்கில் பெரு முதலாளி களிடம் பணம் பெற்று, நாட்டின் வளங்களைத் தாரைவார்ப்பவர்கள் தான் தேசபக்தர்களா? தேசத்துரோக வரலாறு கொண்டவர்கள் தேச பக்தர்களாக வேடமிடுவது எப்படி? நாட்டுக்குழைப்பவர்களுக்கு, தியாகம் செய்தவர்களுக்கு பாடம் சொல்லும் தகுதி அவர்களுக்கு உண்டா? என்ற கேள்விகளை முன் வைத்தேன்.

அது உரையல்ல, உரையாடல். நான் கைது செய்யப்படக் காரணமான உரையாடலின் தொடர்ச்சி அது. இந்த உரையாடல் தொடரும். போலிகளின் முகமூடிகள் கிழித்தெறியப்படும் வரை, கல்வியும், நல்வாழ்வும் நாட்டின் அனைத்து மக்களுக்கும் சென்று சேர்க்கப்படும் வரை இந்த உரையாடல் தொடரும்.

ஏனெனில் இது எனது உரையல்ல. நாட்டின் இளைய தலைமுறையினரின், எதிர்காலத்தின் குரல், தீர்வு காணும் வரை, புதிய இந்தியா உருவாகும் வரை, இக்குரல்கள் நாட்டின் ஒவ்வொரு மூலையிலும் தொடர்ந்து ஒலிக்கும்.

✲✲✲